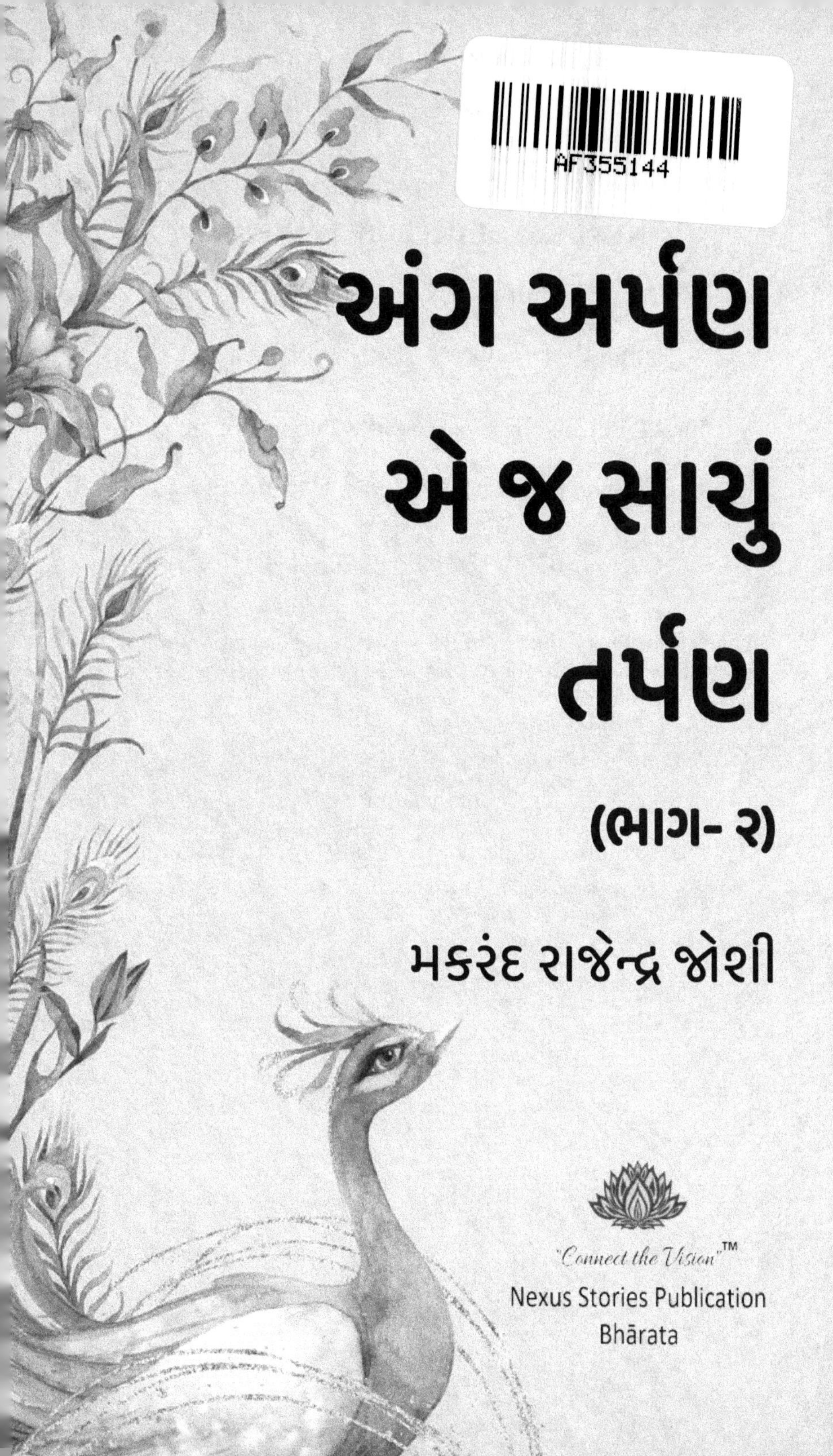

અંગ અર્પણ એ જ સાચું તર્પણ

(ભાગ- ૨)

મકરંદ રાજેન્દ્ર જોશી

"Connect the Vision"™

Nexus Stories Publication

Bhārata

NEXUS STORIES PUBLICATION®

Surat, Gujarat, India.

Title – અંગ અર્પણ એ જ સાચું તર્પણ (ભાગ- ૨)

First Published by Nexus Stories Publication 2023

Copyright © મકરંદ રાજેન્દ્ર જોશી 2023

ISBN # 978-81-19178-41-4

Publication

Nexus Stories Publication™, Surat (Gujarat), Bhārata

www.nexus-stories.com # +91 87800 80718 # www.nexus-stories.in

અંગદાતા સ્વ. મહર્ષ હર્ષદભાઈ પટેલની તૃતિય પુણ્યતિથિ સ્મરણાર્થે...

અંગદાતાઓ અને તેમના પરિવારને અર્પણ
"અંગ અર્પણ એ જ સાચુ તર્પણ (ભાગ – ૨)"

*****

ભૂપેન્દ્ર પટેલ
મુખ્યમંત્રી, ગુજરાત રાજ્ય

તા. ૨૭-૦૬-૨૦૨૩

સંદેશ

'અંગદાન'નું મહત્ત્વ ગુજરાતના લોકો સમજ્યા છે. એવામાં મૃતકના સ્વજનનો સહકાર ઉપરાંત ડૉક્ટરો અને પ્રશાસનની ટીમની મહેનત રંગ લાવે, ત્યારે ડૉનરે આપેલું અંગ જરૂરિયાતવાળી વ્યક્તિ સુધી સમયસર પહોંચતું હોય છે, જે કામગીરી યુદ્ધસ્તરે ચાલતી હોય છે. આ સફરમાં સક્રિય રહેનાર દરેક વ્યક્તિ અનેકવિધ જન સહાયક પ્રવૃત્તિ દ્વારા માનવ ગૌરવનો ઉમદા હેતુ પાર પાડે છે.

અંગદાન માટેની જાગૃતિનો પ્રયાસ તેમજ આ પ્રયાસને વેગ આપવા "અંગોનું અર્પણ એ જ સાચું તર્પણ" નામનું પુસ્તક ભાગ-૨ પ્રકાશિત થઈ રહ્યું છે જે અનુકરણીય તેમજ પ્રશંસનીય છે. આ પુસ્તકમાં અંગદાનની જાગૃતિ માટેના લેખ સૌને પ્રેરક બની રહે તે માટે શુભેચ્છ પાઠવું છું.

આપનો,

(ભૂપેન્દ્ર પટેલ)

To,
Shree Dilipbhai Deshmukh,
3, Shantikunj Society,
B/S. Vivekanand Township,
Nr. Palanpor Jakatnaka, Rander Road,
Surat – 395009.
Email : desairajan@icloud.com
M. 9157218258

apro/2023/06/27/ps

સંદેશ – શ્રી સી. આર. પાટીલ (BJP State President - Gujarat)

C. R. PAATIL
MEMBER OF PARLIAMENT
LOK SABHA

Chairman
House Committee, Lok Sabha
Member
Urban Development Committee

શુભેચ્છા સંદેશ

નમસ્કાર.

આપના દ્વારા ''અંગ અર્પણ એ જ સાચું તર્પણ' પુસ્તકનો ભાગ-૨ પ્રકાશિત કરવા જઈ રહ્યા છો તે જાણી આનંદ થયો. મેડીકલ ક્ષેત્રે થયેલા વિવિધ આવિષ્કાર તથને અંગોના પ્રત્યારોપણને મળેલી સફળતા પછી અંગદાન પણ લોકસેવાનું એક ઉત્કૃષ્ટ માધ્યમ બની ગયું છે.

માનવ શરીર એ કુદરતનું અણમોલ સર્જન છે, તો માનવ જીવન એ કુદરતની અણમોલ ભેટ છે. અંગદાનથી અનેકોના જીવન ઉજાળી શકાય છે એ અંગદાનથી નવજીવન પામેલા શ્રી દિલીપભાઈ દેશમુખે જીવનની ત્રીજી પારીથી પુરવાર કરી બતાવ્યું છે. એમણે પોતાના જીવનને અંગદાન માટેના લોક જાગરણને સમર્પિત કરી દીધું છે. તેઓશ્રીના અંગદાન ચેરીટેબલ ટ્રસ્ટ, અમદાવાદ દ્વારા અંગદાન અંગે જાગૃતિ ફેલાવવાનું કાર્ય 'અંગદાન મહાદાન' નામના અભિયાનરૂપે ખુબ જ ઝડપથી થઈ રહ્યું છે.

આ વર્ષે સુરત સિવિલ હોસ્પિટલમાં થયેલા ૨૨ અંગદાતાઓની કથા આ પુસ્તકમાં પ્રકાશિત કરવા જઈ રહ્યા છો, જેના થકી દરેક સમાજને વધુને વધુ અંગદાનની જ્યોત પ્રગટાવનાર દરેક અંગદાતા પરિવાર, સંસ્થાના કાર્યકર્તાઓ, શ્રી દિલીપભાઈ દેશમુખ તથા અંગદાન ચેરીટેબલ ટ્રસ્ટને મારી હાર્દિક શુભકામના...

ધન્યવાદ...

સી. આર. પાટીલ

સ્થળ : સુરત.
તારીખ : ૨૧/૦૬/૨૦૨૩

(AN ISO 9001:2015 Certified Office)
Parliament Office : 141, Parliament House, New Delhi -110001. **Tele. :** 011-23019598, 23034719
Delhi Office : 501, New M. S. Flats, 'Narmada', Dr. B.D. Marg, New Delhi -110001
Telefax : 011-23313371, **Delhi Mobile :** 09013180249
Surat Office : 9, Amba Nagar, Udhna-Magadalla Road, Surat-395002 (Gujarat) **Personal**
Mobile : 098241 27694 **Toll Free :** 1800-2331590, **Ph. :** 0261-2300000 (100 Lines)
Surat Mobile : 0942882424, **Ph. :** (0261) 2633467, 2630404, **Fax :** (0261) 2630405
E-Mail : c_r_patil@yahoo.com, **Website :** www.crpatil.com

પત્ર ક્રમાંક: ૨૬૧/૨૦૨૩
તારીખ: ૨૨/૦૬/૨૦૨૩

શુભેચ્છા સંદેશ

સ્નેહીશ્રી દિલીપભાઇ,

અંગદાન ચેરીટેબલ ટ્રસ્ટ, અમદાવાદ દ્વારા ગુજરાતમાં અંગદાન તેમજ પ્રત્યારોપણ પ્રત્યે લોકોમાં જનજાગૃતિ આવે તે માટે આપના દ્વારા **"અંગોનું અર્પણ એ જ સાચું તર્પણ"** પુસ્તક પ્રસિદ્ધ થવા જઇ રહ્યું છે, તે જાણી આનંદ થયો.

મનુષ્ય જીવન કુદરતની અદ્ભૂત અને અમૂલ્ય ભેટ છે, ઘણીવાર બિમારી કે આકસ્મિક બનાવને કારણે વ્યક્તિ શારીરિક દુઃખ સહન કરતો હોય છે, તેવામાં જો કોઈ પરિવાર દ્વારા અંગદાન કરવામાં આવે તો તેને નવજીવન પ્રાપ્ત થતું હોય છે, જેના થકી તેનો પરિવાર પુનઃ જીવંત થતો હોય છે અને આવી આરોગ્ય વિષયક મુશ્કેલીમાંથી બહાર આવે છે.

આજના સમયમાં **'અંગદાન એ જ શ્રેષ્ઠ દાન'** ના વિચાર તરફ લોકો આગળ વધી રહ્યા છે તેવામાં અંગદાતાઓના જીવન પ્રસંગ પર આધારિત આપના દ્વારા પ્રસિદ્ધ થનાર **"અંગોનું અર્પણ એ જ સાચું તર્પણ"** પુસ્તક અંગદાન અંગેની જનજાગૃતિ પ્રત્યે ખૂબ અગત્યનો ભાગ ભજવશે. આશા રાખું કે સત્ય ઘટનાઓ પર આધારિત આ પુસ્તકમાંથી લોકો પ્રેરણા લઇને અંગદાન કરવા પ્રેરાશે. આ પુસ્તકના સર્જનમાં લેખન, સંકલન અને સંપાદન સાથે જોડાયેલ સર્વેને મારી શુભેચ્છા સહ અભિનંદન પાઠવું છું.

(ઋષિકેશ પટેલ)

પ્રતિ,
શ્રી દિલીપભાઇ દેશમુખ,
અંગદાન ચેરીટેબલ ટ્રસ્ટ,
અમદાવાદ.

ઋષિકેશ પટેલ
મંત્રી,
આરોગ્ય, પરિવાર કલ્યાણ, તબીબી શિક્ષણ, ઉચ્ચ અને તાંત્રિક શિક્ષણ,
કાયદો, ન્યાયતંત્ર, વૈધાનિક અને સંસદીય બાબતો
ગુજરાત સરકાર

ક્રમાંક : રા.ક.મંત્રી/ગૃહ/પો બ્યાર ગ/ઉદ્યોગ/દિ.ગુ.પ/ગૂ.ચ ૨૬/જૂલા /૨૦૨૩

રાજ્યકક્ષાના મંત્રી,

ગૃહ અને પોલીસ હાઉસિંગ, ઉદ્યોગ, સાંસ્કૃતિક પ્રવૃતિઓ (રાજ્યકક્ષા), રમત-ગમત અને યુવક સેવા, સ્વૈચ્છિક સંસ્થાઓનું સંકલન, બિન નિવાસી ગુજરાતીનો પ્રભાગ, વાહન વ્યવહાર, ગૃહ રક્ષક દળ અને ગ્રામ રક્ષક દળ, નાગરિક સંરક્ષણ, જેલ, સરહદી સુરક્ષા (તમામ સ્વતંત્ર હવાલો),

ગુજરાત સરકાર

તારીખ: ૨૪ /૦૬/૨૦૨૩

શુભેચ્છા સંદેશ

ગુજરાત રાજ્યમાં ધીરે ધીરે પણ મક્કમ ગતિએ અંગદાનની જાગૃતિ સામાન્ય પ્રજામાં વધી રહી છે, જેના કારણે હવે આ જનજાગૃતિ અભિયાન એક લોક આંદોલનનું સ્વરૂપ લઇ રહ્યું છે, જેના હકારાત્મક પરિણામોનો આપણને અનુભવ થઈ રહ્યો છે. ગુજરાતમાં અંગદાન તેમજ પ્રત્યારોપણ પ્રત્યે જાગૃતિ આવે તે માટે અંગદાન ચેરિટેબલ ટ્રસ્ટના માધ્યમથી આપ પ્રયત્નશીલ છો.

અંગદાનથી કેવળ એક વ્યક્તિનું જીવન પુનઃ ધબકતું થતું નથી સાથે સાથે આખો પરિવાર ફરી કિલ્લોલ કરતો થાય છે. 'અંગદાન મહાદાન'. આયોજનના પ્રણેતા આદરણીય શ્રી દિલીપભાઇ દેશમુખ દાદાનું જાગૃતી અભિયાન ગુજરાતના શહેરો અને ગામોમાં પહોંચી રહ્યું છે ત્યારે ન્યુ સુરત સિવીલ હોસ્પિટલમાં અંગદાન કરનાર અંગદાતાઓની પ્રેરક કથાઓ 'અંગ અર્પણ એ જ સાચું અર્પણ' ભાગ-૨ પુસ્તક સ્વરૂપે આવી રહ્યું છે. ત્યારે અંગદાતાઓની પ્રેરક કથાઓ સૌને પ્રેરિત કરશે. જે ખૂબ જ આનંદની વાત છે.

આ લોકકલ્યાણ અને માનવતાના કાર્ય માટે સંસ્થાના કાર્યકર્તાઓને હૃદયપૂર્વક શુભેચ્છાઓ.

આપનો સ્નેહાધીન,

(હર્ષ સંઘવી)

પ્રતિ,
શ્રી દિલીપભાઇ દેશમુખ,
અંગદાન ચેરીટેબલ ટ્રસ્ટ,
અમદાવાદ.

સ્વર્ણિમ સંકુલ-૨, પહેલો માળ, સરદાર ભવન, નવા સચિવાલય ગાંધીનગર-૩૮૨ ૦૧૦ ફોન નં. : (ઓ) ૦૭૯-૨૩૨૫૧૫૭૮ / ૫૬ / ૬૦ / ૬૧ / ૬૩
ફેક્સ નં. : ૦૭૯-૨૩૨૫૫૫૬૬૨ Website : www.harshsanghavi.in, ઇ-મેઇલ : min-home@gujarat.gov.in
Twitter: https://twitter.com/sanghaviharsh

સંદેશ – ડૉ. પ્રાંજલ મોદી (વાઇસ ચાન્સેલર, GUTS)

એક કહેવત પ્રમાણે સુરતનું જમણ અને કાશીનું મરણ એ સર્વોત્તમ ગણાય. સમય બદલાયો છે અને હવે સુરતનું જમણ અને સુરતનું મરણ સર્વોત્તમ ગણાવવું જોઈએ. આ પુસ્તિકામાં સમાવેશ કરેલા તથા અન્ય અનેક બ્રેઇન ડેડ વ્યક્તિઓના પરિવારજનોએ સમાજને ઋણ ચૂકવવાના ભાવથી તેમના વહાલ સોયા વ્યક્તિ જ્યારે બ્રેઇન ડેડ જાહેર કરવામાં આવ્યા ત્યારે તેમના તમામ અંગોનું દાન કરવાનો માનવીય અભિગમ લઈ મરણને પણ ઉત્તમ બનાવ્યું છે. સુરતની જનતાને કોટી કોટી વંદન.

– ડૉ. પ્રાંજલ મોદી
(વાઇસ ચાન્સેલર, GUTS)

મનોગત - મકરંદ રાજેન્દ્ર જોશી

જીવનમાં ઘણી મુશ્કેલીઓ આવે. કેટલીક દેખીતી, બાહ્ય સ્વરૂપની તો કેટલીક અંતરમનની હોય છે. બાહ્ય મુશ્કેલીઓ આવે તો એનો સામનો કરવા બાહ્ય ઉપાયો ઉપલબ્ધ હોય છે. અથવા તો મિત્રો અને શુભચિંતકોની મદદ થકી તેનો ઉકેલ લાવી શકાય. પણ જ્યારે આપણે લાંબા ગાળાની શારીરિક પીડાને સહન કરતા જીવન મરણના ઉંબરા પર આવી પહોંચીએ ત્યારે શારીરિક પીડાની સાથોસાથ મક્કમ મનોબળની શીલાના કાંકરા પણ ખરવા લાગે. અંતરમનનું અવિરત દ્વંદ્વ અને માનસિક પીડા આપણને અંધકારમાં ધકેલી દેતી હોય છે. ઢળતા સૂર્યના ગર્ભમાં અનિશ્ચિતતાનો કાળો ડિબાંગ અંધકાર કોઈ સ્થિતપ્રજ્ઞ જ પાર કરીને બીજાના જીવનમાં પણ પ્રકાશની કિરણો પાથરી શકે છે. 'દાદા'ના હુલામણા નામે જાણીતા બાળપણથી સમાજસેવાને વરેલા ઋષિતુલ્ય આદરણીય શ્રી દિલીપભાઈ દેશમુખ દાદાનું "મારી લીવર ટ્રાન્સપ્લાન્ટ યાત્રા - થર્ડ ઇનિંગ" પુસ્તક વાંચ્યું અને હિમાલય જેવું દૃઢ મનોબળ કોને કહેવાય તે શબ્દો થકી અનુભવ્યું.

સ્વર્ગસ્થ મહર્ષભાઈ પટેલના બ્રેનડેડ થયા બાદ તેમના પરિવારે અંગદાનનો નિર્ણય કર્યો અને દાદાને મહર્ષભાઈ પટેલના લિવરનું પ્રત્યારોપણ કરવામાં આવ્યું. દાદા, લિવર ટ્રાન્સપ્લાન્ટ સુધીના કપરા કાળથી ગુજર્યા અને સામાન્ય રીતે કોઈ વ્યક્તિ મૃત્યું પામે ત્યારે ચિતા સુધીની પ્રયાણ યાત્રામાં બીજું કશું જ ન આવે. પરંતુ તેમણે "મૃત્યુથી ચિતા સુધીની પ્રયાણ યાત્રામાં જીવનની સંભાવનાને ઓળખી કાઢી, જીવન મરણના દ્વંદ્વમાં પ્રખરતાથી અનુભવી અને મૃત્યુ પછી પણ રહેલી જીવનની

સંભાવનાનો પ્રકાશ ફેલાવવા વર્ષોમાં ક્યારેક થતા અંગદાનને એક પવિત્ર પ્રથા તરીકે સમાજમાં સ્થાપિત કરવાના અંગદાન જાગૃતિ અભિયાનની વ્યાપક સ્તરે "થર્ડ ઇનિંગ"માં શરૂઆત કરી. આંતરબાહ્ય પીડાના સમુદ્રમંથનમાંથી પસાર થઈ જે નિરાશાનું વિષ નીપજ્યું તે દાદાએ મક્કમ મનોબળથી પચાવી લીધું અને જે અમૃત નીકળ્યું તે 'અંગદાન જાગૃતિ અભિયાન'. જે આજે જન આંદોલન બન્યું છે.

આદરણીય દાદાએ કહ્યું હતું કે, અંગોની પ્રતિક્ષા કરતા દર્દીઓની પ્રતિક્ષા યાદી સમાપ્ત થાય એટલી જાગૃતિ આપણે સમાજમાં લાવીએ. અને આવતા ૨૫ વર્ષમાં આપણો દેશ જ્યારે સ્વતંત્રતાના ૧૦૦ વર્ષ પુરા કરશે ત્યારે અંગદાનના માનવકલ્યાણની પરંપરા આપણા સમાજમાં પ્રસ્થાપિત થાય તે માટે આપણે પ્રયત્નશીલ રહીએ.

લિવર પ્રત્યારોપણ બાદ દાદાના જીવનના નવા તબક્કામાં અંગદાન મહાદાન અભિયાન અવિરત આગળ વધી રહ્યું છે અને અનેકો પરિવારોમાં જીવનનો પ્રકાશ પાથરી રહ્યું છે. દાદાના અવિરત પ્રવાસ અને પ્રયાસથી વિવિધ જાગૃતિ કાર્યક્રમો થકી આ અભિયાન ગુજરાતના ખૂણે ખુણે અને શહેરોમાં પહોચ્યુ છે. દાદાના લિવર પ્રત્યારોપણ બાદ આટલો પ્રવાસ કરવો તેમના માટે ખૂબજ પડકારજનક કામ હતું, પરંતુ દૃઢ સંકલ્પ સિવાય આ શક્ય નથી.

દાદાની "અંગદાન મહાદાન" જાગૃતિ અભિયાનની કરુણામય હાકલ ગુજરાતના ખૂણે ખૂણે પહોંચી છે. અને ગુજરાતના જુદાં જુદાં શહેરો અને ગામોથી અંગદાન થયા. તે અંગદાતાઓની પ્રેરક વાર્તાઓનું સિંચન

એટલે "અંગ અર્પણ એ જ સાચુ તર્પણ" પુસ્તકમાં ડૉ. ચિંતનભાઈ ચૌધરી દ્વારા આલેખન કરવામાં આવ્યું હતું.

સુરત સિવિલ હૉસ્પિટલમાં પણ ધીમે ધીમે અંગદાન થવા લાગ્યું અને ૨૯ જેટલા અંગદાન થયા ત્યારે સુરત સિવિલમાં થયેલા અંગદાતાઓના અંગદાનની અમર પ્રેરક કથાઓ પુસ્તક સ્વરુપે આવે એવો દાદાને વિચાર આવ્યો અને સ્વ. મહર્ષભાઈની ત્રીજી પૂણ્યતિથીએ સુરતના અંગદાતાઓની પ્રેરક કથાઓ પુસ્તક સ્વરુપે આપણી વચ્ચે આવ્યું છે. આ અમર પ્રેરક કથાઓ સમાજમાં અંગદાનના મહત્વને પ્રકાશીત કરી સમાજનું પ્રેરકબળ બનશે.

અંગદાનના આ કાર્યને ન્યુ સિવિલ હૉસ્પિટલ સુરત ખાતે સફળ બનાવવા હૉસ્પિટલના અધિક્ષક શ્રી ગણેશ ગોવેકર, આર.એમ.ઓ શ્રી કેતન નાયક, મેડીકલ કોલેજ સુરતમાં રેસપીરેટરી મેડીસીન વિભાગના વડા શ્રીમતી પારુલબેન વડગામા, નર્સિંગ એસોસીએશનના વડા શ્રી ઈક્બાલ કડીવાલા તેમજ કાઉન્સિલરોની વિશેષ ભૂમિકા રહી છે. નર્સિંગ સ્ટાફ, પોલીસ કર્મચારીઓ, સિક્યોરીટી સ્ટાફ, અને અંગદાતાના પાર્થિવદેહને ઉત્તર પ્રદેશ, બિહાર, મહારાષ્ટ્ર જેવા ઘણા દુરવર્તી રાજ્યોમાં તેમના વતને પહોચાડનાર એમ્બ્યુલેન્સના સારથીઓના સહયોગથી અંગદાનનું કાર્ય પૂર્ણ થતું હોય છે.

ગવર્નમેન્ટ મેડીકલ કોલેજ, સિવિલ સુરતમાં આસીસ્ટન્ટ પ્રોફેસર અને અંગદાતા પરિવારનું કાઉન્સેલીંગ કરી અંગદાનના કાર્યમાં ખડે પગે મહત્વની ભૂમિકામાં રહી કાર્ય કરનાર ડૉ. નિલેશભાઈ કાછડીયા ડૉક્ટર તરીકે સમર્પીત થઈ કાર્યરત છે. તેમજ તેમની સાથે ડૉ. પરેશ ઝાઝ્મેરા,

ડૉ. જય પટેલ, ડૉ. હરેશ પારેખ, ડૉ. કેયુર પ્રજાપતિ, ડૉ. મેહુલ મોદી અને ડૉક્ટર્સ ટીમ સમર્પણ સાથે અંગદાનની ખૂબજ કપરી પ્રક્રિયાને સફળ બનાવી રહ્યાં છે. ડૉ. નિલેશભાઈ અને આ તબીબોની ટીમના કાર્યથી અનેક અંગો સફળતા પુર્વક પ્રોક્યોર થઈ પ્રત્યારોપીત થયા છે. જેનાથી અનેકોને નવું જીવન મળ્યું છે. સુરત સિવિલ હૉસ્પિટલની આ સમગ્ર ટીમે ખડે પગે રહી અંગદાનના આ દિવ્ય કામને સુરતમાં સફળ કર્યું છે.

અંગદાનના કાર્યમાં કોલેજના ડીન ડૉ. ઋતુંભરા, સર્જરી વિભાગના હેડ ડૉ. નિમેશ વર્મા, મેડીસિન વિભાગના હેડ ડૉ. ક્રિષ્ણાકાંત ભટ્ટ, એનેસ્થેશિયા વિભાગના હેડ ડૉ. નિતા કવિશ્વર તેમજ મેડીકલ ઓફીસર્સ અને સિવિલ હૉસ્પિટલના તમામ તબીબો આ દર્દીઓ સાથે કામ કરતા હોય છે. અને દુર્ભાગ્યે જો દર્દી બ્રેનડેડ થાય તો તેમના પરિવારને યોગ્ય માર્ગદર્શન કરી કોઈને નવું જીવન આપવાના સેવા કાર્યને આગળ ધપાવી રહ્યાં છે.

સુરતમાં આદરણીય દાદાની પ્રેરણાથી અંગદાન જાગૃતિ અભિયાનમાં કાર્યરત અંગદાન ચેરીટેબલ ટ્રસ્ટ દક્ષિણ ગુજરાતના ઇન્ચાર્જ દીક્ષીતભાઈ ત્રિવેદી, ડૉ. રાજનભાઈ દેસાઈ, જેનીશભાઈ શાહ, કિશોરભાઈ પાટીલ, સનીભાઈ રાજપુત, દિપકભાઈ જયસ્વાલ, ધ્રુવ ભટ્ટ, ડૉ. પ્રદીપ સોઢા, તેમજ અન્ય નામી અનામી / અનેકો સ્વયંસેવકો સેવાના આ કાર્યમાં જોડાયા છે. અને વિવિધ પ્રવૃતિ થકી જાગૃતિ કાર્ય આગળ વધી રહ્યું છે. આજે સુરત સિવિલમાં ૨૯ અંગદાન થયા છે. આ અંગદાનની અમર કથાઓ પુસ્તક સ્વરુપે સમાજમાં અંગદાનની પ્રેરણા જ્યોત પ્રગટાવશે.

દાદા હંમેશા કહેતા હોય છે કે, જેનો જન્મ થયો છે તેનું મૃત્યુ નિશ્ચિત છે. પરંતુ અંગોની પ્રતિક્ષા કરતા કરતા મૃત્યુ પામે એ ખુબ જ પિડાદાયક છે.

અને દર્દીની સાથે તેનો પરિવાર તેની સાથે પળ-પળના મૃત્યુનો અનુભવ કરતો હોય છે. આ પિડા અકલ્પનીય છે. જે માત્ર કોઈના અંગદાનથી દૂર થઈ શકે છે. અને તેની માટે સમાજમાં અંગદાનની ઉદાર ભાવના પ્રસ્થાપીત થાય, સમાજમાં તેને સ્વિકાર્યતા મળે અને સમાજની આ પરંપરાથી માનવ કલ્યાણની આપણી સંસ્કૃતિ ઉજાગર થાય તે માટે સૌ અંગદાનનો સંકલ્પ લઈએ.

*****

અનુક્રમણિકા

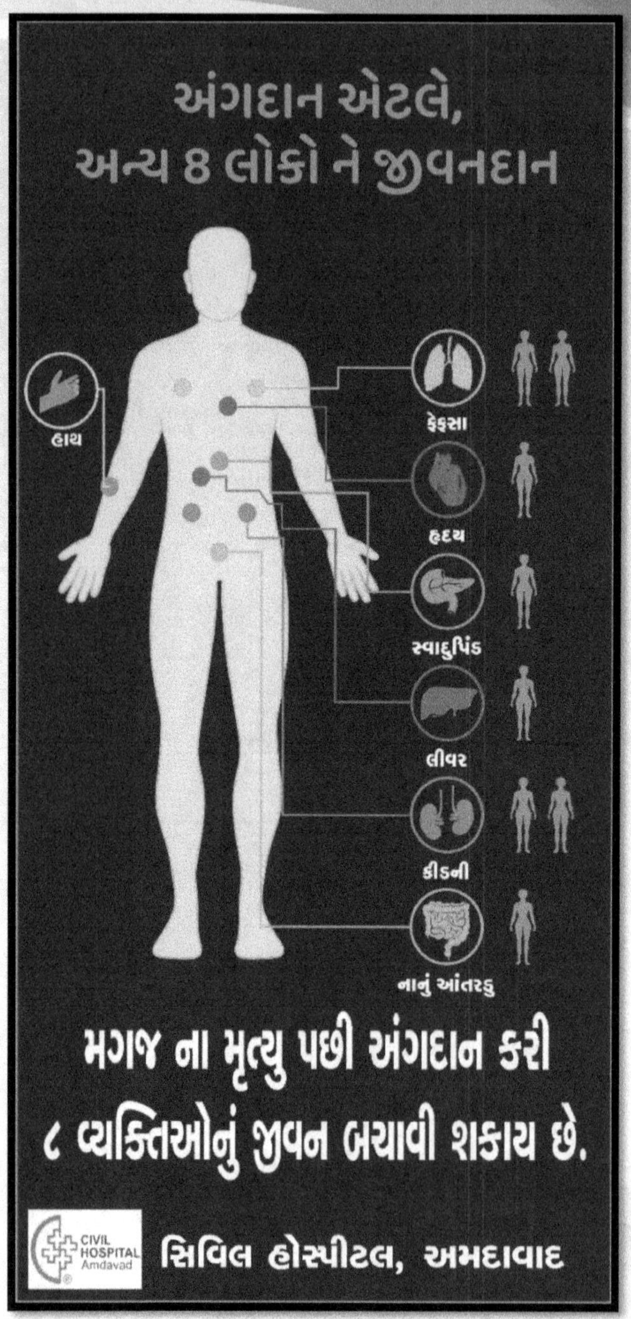

અંગદાન એટલે,
અન્ય ૮ લોકો ને જીવનદાન
હાથ
ફેફસા
હૃદય
સ્વાદુપિંડ
લીવર
કીડની
નાનું આંતરડુ
મગજ ના મૃત્યુ પછી અંગદાન કરી
૮ વ્યક્તિઓનું જીવન બચાવી શકાય છે.
CIVIL HOSPITAL Amdavad
સિવિલ હોસ્પીટલ, અમદાવાદ

૧ સ્વ. અરુણાબેન કાનજીભાઈ ચૌધરી

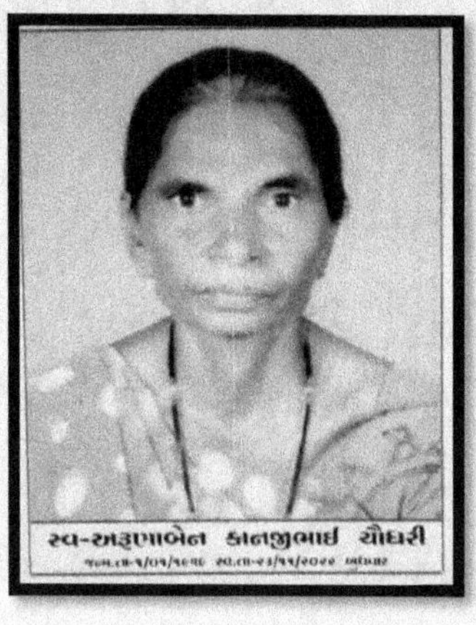

અરુણાબેન કાનજીભાઈ ચૌધરી, સુરતના બારડોલી તાલુકાના મઢી ગામે બેડી ફળીયામાં પોતાના ૩ સંતાનો અને પૌત્ર પૌત્રી સાથે રહેતા હતાં. વર્ષો પહેલા તેમની પાસે ૨ ભેંસો અને ગાય હતી. અરુણાબેન પશુપાલન કરી ઘરમાં મદદરૂપ થતા તો ક્યારેક ખેતીના કામો કરતા અને કાનજી ભાઈ વ્યારા શુગર ફેક્ટરીમાં મજુરીનું કામ કરતા. બન્ને જણા મહેનત કરતા અને આનંદથી સંસારનું ગુજરાન ચલાવતાં હતા. મિનાક્ષીબેન, નિતિનભાઈ અને મનિષભાઈ આમ ત્રણ સંતાનોનો ઉછેર કરી તેમને ભણાવ્યા અને મોટા દીકરા અને દીકરીના લગ્ન કરાવ્યા હતાં. ઈશ્વર પર શ્રદ્ધા રાખી અને મહેનત કરી કામ કરતા અને પૌત્રો સાથે હસતા રમતા જીવન પસાર થઈ રહ્યું હતું. પરંતુ કાળનો કોળીયો કાનજીભાઈને વહેલો ગળી ગયો અને કેન્સરની બીમારીની કારણે એમનો દેહ પંચમહાભૂતોમાં વિલીન થઈ ગયો અને સમયની સાથે બીજો દીકરો નિતિન પણ લિવરની બીમારીની કારણે દેવલોક

પામ્યો હતો. ત્યારબાદ અરૂણાબેન નાના દીકરા મનિષભાઈ સાથે રહેવા લાગ્યા હતાં. ૨૦૨૨ માં જ મનિષભાઈના લગ્ન થયા હતાં. અરૂણાબેને બે દુ:ખોના ડૂંગરો ઓળંગી જીવનની વાસ્તવિકતાને નજીકથી અનુભવી હતી. જેથી તેઓ મક્કમ મન સાથે મા અંબા પર શ્રદ્ધા રાખી ૬૫ ની ઉમરે પણ કામ કરતા જીવન વ્યતીત કરી રહ્યાં હતાં.

૨૨ નવેમ્બરના ૨૦૨૨ ના રોજ દિનચર્યા પ્રમાણે અરૂણાબેન સવારે ઉઠ્યા અને ઘરના કામમાં પરોવાઈ ગયા. એ દિવસે એમના દીકરી મિનાક્ષીબેન બીમાર હતા એટલે બા બાજુના જ ઘરે રહેતી દીકરીને જોવા ગયા અને દીકરીને શરબત પીવા કહ્યું અને સાંજે ભોજન બનાવવા જતાં રહ્યાં. બાએ શાક બનાવ્યુ અને લોટ બાંધતા બાંધતા એકાએક તેમને ચક્કર આવવા લાગ્યા અને ઉલટી થવા લાગી એટલે પરિવારના સભ્યોએ તાત્કાલિક ૧૦૮ બોલાવી તેમને બારડોલીની સરદાર હૉસ્પિટલમાં એડમીટ કર્યા. અરૂણાબેન જીવનભર પરિશ્રમી રહ્યાં હતાં. ક્યારેય બહુ બીમાર પડતા ન હતા પણ બાને પ્રેશરની બીમારી હતી અને આજે બાનુ પ્રેશર વધી ગયું હતું. પરિવારના સભ્યો માટે એ સમય સ્તબ્ધ થઈ ગયો હતો. એમ જણાતું હતું. જે સાંભળવુ ન હતું એ જ ડોકટરોએ કહ્યું, મગજની નસ ફાટી ગઈ છે વધુ કંઈક કરી શકાય એમ નથી. પરિવારના સભ્યો ડૉક્ટરની વાત સાંભળી સ્તબ્ધ અને અસહાય થઈ ગયા.

પરિવાર કુદરત સામે હાર માનવા તૈયાર ન હતો એટલે દીકરો મનિષ અને જમાઈ નિમેશકુમાર અને પાડોશના શંકરકાકા અને ભાવેશભાઈ રાત્રે જ અરૂણાબેનને ત્યાંથી ન્યુ સિવિલ હૉસ્પિટલ સુરત ખાતે લઈ આવ્યા, ત્યા તાત્કાલિક તેમને મોડી રાત્રે એડમીટ કરાયા. હવે અરૂણાબેનને વેન્ટીલેટર પર

મુકવામાં આવ્યા હતાં. તેમનો શ્વાસોશ્વાસ ચાલુ હતો પણ તેઓ ભાનમાં ન હતા. ડૉક્ટરોએ જરૂરિયાત મુજબ સીટી સ્કેન અને બીજા ટેસ્ટ કરી રહ્યાં હતાં. બીજા દિવસે બધા રીપોર્ટ કરાવ્યા બાદ અંતે ડૉક્ટરે પુત્ર મનિષ અને જમાઈ નિમેષને બોલાવી અરૂણાબેન "બ્રેનડેડ" થયેલ હોવાનું જણાવ્યું.

સવારનો સુરજ ઉગતાની સાથે જ આ ધરતી પરના અનેકો જીવોને નવજીવન આપતો હતો પરંતુ બીજી તરફ અરૂણાબેન ઉગતા સુર્યની સાથે જ અનંતના પ્રયાણે નિકળી ગયા હતાં. પરંતુ આ પ્રયાણ કંઈક જુદુ થવાનું હતું. ઉપસ્થિત પરિવારના સભ્યો દુઃખમાં સરી પડ્યા હતાં. અંતે ડૉક્ટરે અંગદાન વિશે દીકરા મનિષ અને જમાઈ નિમેશ ભાઈને વાત કરી. અરૂણાબેનના અંગદાન કરવાથી બીજા કેટલાક લોકોને નવું જીવન મળવાનું હતું. પરંતુ પરિવાર પર દુઃખનું આભ ફાટ્યુ હતું. ધીરજ રાખી મનિષભાઈએ મોટી બહેન મિનાક્ષીને પૂછ્યું. ત્યારે પરિવારનો નિર્ણય થયો કે, બા હવે આપડી સાથે નથી રહ્યાં પણ જો અંગદાન કરવાથી કોઈને નવું જીવન મળતું હોય તો આપણે બાનું અંગદાન કરીશુ. નિર્ણય થયો અને 'તેરા તુજકો અર્પણ.....' ને સાર્થક કરી અરૂણાબેનના લિવર અને બે કિડનીનું દાન થયું જેનાથી પરિવારોના સ્નેહીઓ કે જેઓ મૃત્યુના દ્વારે ઉભા હતાં તેમને નવજીવન મળ્યું. અરૂણાબેન ત્રણ લોકોને નવજીવન આપી ત્રણ પરિવારના જીવનને ખીલવી ગયા. તેમના દીકરી મિનાક્ષીબેને, બા વિશે વાત કરતા કહ્યું હતું કે, બા ખુબ લાગણીશીલ હતાં. તેમના પાલવે આખા પરિવારને બાંધી રાખ્યો હતો. તેઓ આજીવન પરિવારને ખીલવતા રહ્યાં અને અંતે પણ જતાં જતાં અંગદાન કરી કોઈના પરિવારમાં નવજીવન વાવી ગયાં.

અરુણાબેન છાણથી લિંપણ કરતા તે જુનું માટી - નળિયાનું ઘર આજે પણ ત્યાં જ છે. ૪૦ વર્ષ તેઓ આ ઘરમાં રહ્યાં હતાં. કાનજીભાઈ ગયા પછી લાંબા સમયથી તે બંધ જ છે. આગળ આંગણામાં તુલસી અને છોડ વાવ્યા છે. અરુણાબેન આજે તો આપણી સાથે નથી રહ્યાં પણ તેમને વાવેલા છોડ અને અંગદાનથી નવજીવન પામેલું જીવન તેમના મૃત્યુ બાદપણ ખીલી રહ્યું છે. તેમનો આ સંદેશ સમાજને નિરંતર પ્રેરણા આપતો રહેશે.

*****

૨ સ્વ. સુરેન્દ્ર બદ્રીપ્રસાદ કશ્યપ

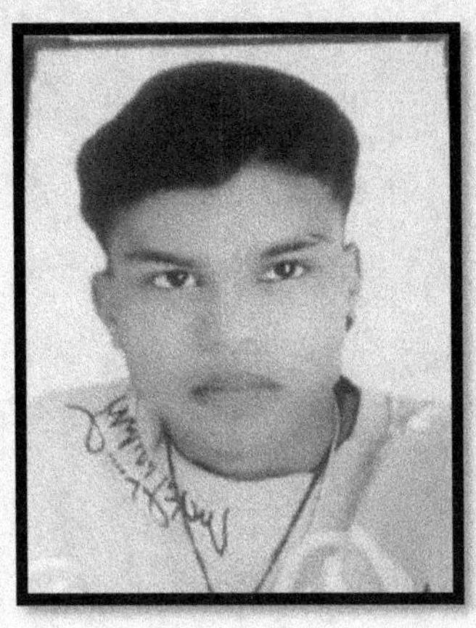

રેલવે લાઈનથી થોડા જ અંતરે એક નાનકડુ ઘર હતું. ઉંચા ટેકરા પર ઘર હોવાથી આંગણુ ઢળતું હતું. સામે ખાટલા પર બદ્રીપ્રસાદ કશ્યપજી બેઠાં હતાં અને આંગણામાં તેમની પત્ની સાવિત્રીદેવી બેઠાં હતાં. મોટો દીકરો વિરેન્દ્ર માતાની બાજુમાં જ બેઠો હતો. હું સાવિત્રી દેવીની વાત સાંભળી રહ્યો હતો. ભીંજાયેલી આંખે તેઓ બોલી રહ્યાં હતાં, "મેરા પેહલે એક બેટા થા શંકર, મગર અબ મેરે તીન બેટે હો ગયે હૈ. ઉસકા અંગ જીસકો ભી દાન કીયા હૈ, કહીંના કહીં શંકર ઉન્હી મેં જુંદા હૈ. હમારા બચ્ચા ગયા ક્યા કર સકતે હૈ, મગર કીસી કા બચ્ચા તો બચ ગયા. ઉસ મા કા ઓર પરિવાર કા આશિર્વાદ હમારે સાથ હૈ. યહી સોચ કે હમને હમારે સુરેન્દ્ર કા અંગદાન કરને કો હાં કહા થા." સાવિત્રી દેવીની આંખોમાં અશ્રુ હતા પણ અંગદાન કર્યાની એક સંતુષ્ટી પણ હતી. સાવીત્રી દેવી તેમના નાના દીકરા સુરેન્દ્રની યાદો કહી રહ્યાં હતાં. ઘરે તેઓ સુરેન્દ્રભાઈને પ્રેમથી તેને શંકર કહી બોલાવતા. ઓચિંતા આવેલા

મૃત્યુ બાદ પણ સુરેન્દ્રના લિવર અને ૨ કીડનીના દાનથી મૃત્યુની પ્રતિક્ષા કરતા ત્રણ દર્દીઓને નવજીવન મળ્યું હતું.

બદ્રીપ્રસાદજી, સાવિત્રીદેવી અને તેમનો મોટો દીકરો ૨૪ વર્ષ પહેલા સુરત આવ્યા હતાં. ચિલ્લા ગામ, બાંદા જીલ્લો, ઉત્તરપ્રદેશના તેઓ મૂળ રહેવાસી છે. ૨૩ વર્ષ સુરતના નવાગામ વિસ્તારમાં રહ્યાં બાદ વર્ષોની મહેનત બાદ ૧ વર્ષ પહેલા જ નવા મકાનમાં રહેવા આવ્યા હતાં. બદ્રીપ્રસાદ લુમ્સમાં કામ કરતા અને નાનો દીકરો સુરેન્દ્ર (શંકર) પણ તેમની સાથે જ કામ કરતો. માતા સાવિત્રી દેવી ઘરકામ કરી પરિવારનું ધ્યાન રાખતા.

આકાંક્ષા અને અગણીત સપના જોતો ૧૮ વર્ષનો દીકરો ૧૯ વર્ષનો થવાનો હતો. તેનો જન્મ સુરતમાં જ થયો હતો. ડીંડોલીની સુમન શાળામાં તે ૯ માં ધોરણ સુધી ભણ્યો હતો. સાવિત્રી દેવી તેમના નાના દીકરા સુરેન્દ્ર વિશે યાદ કરતાં કરતાં કહે છે કે, સેંકડો મિત્રો હતાં, તેને ગરબા રમવાનો શોખ હતો. નવા નવા કપડા પહેરવાનો પણ શોખ હતો. એ ઘરમાં આવે એટલે આખુ ઘર ઝુમવા લાગતુ, ખૂબ સપના હતા મારા દીકરાના, સાવિત્રી દેવી અવિરત સુરેન્દ્રની યાદો કહી રહ્યાં હતાં. કરીયરને લઈને પણ ખૂબ આશાવાદી હતો, અલગ અલગ ફોર્મ ભરતો રહેતો અને પરિક્ષાઓ આપતો.

૨૧ ઑક્ટોંબર ૨૦૨૨ ના રાત્રે ૦૯:૫૫ ની આસપાસ તેને ન્યુ સિવિલ હૉસ્પિટલ ખાતે એડમીટ કરવામાં આવ્યો હતો. સાવિત્રી દેવીની આશાઓનો સુરજ સ્ટ્રેયર પર મૌન હતો. પરિવાર નિઃસ્તબ્ધ તેના ફરી સાજા થઈ ઉત્સાહથી વાતો કરતા સુરેન્દ્રને સાંભળવા આતુર હતો. બે દિવસ ડૉક્ટરોના અવિરત પ્રયત્નો બાદ પણ સુરેન્દ્ર ભાનમાં આવ્યો ન હતો. તેના પિતા બદ્રીપ્રસાદજી અને મામા શ્યામલાલ કશ્યપજી હૉસ્પિટલમાં હતાં.

સુરેન્દ્ર બ્રીજ પરથી નીચે પડ્યો હતો અને તેના માથામાં ગંભીર ઈજા થઈ હતી. ૨૧ તારીખે મિત્રએ નવી બાઈક ખરીદી હતી અને સુરેન્દ્ર પાછળ બેઠો ઘરે જઈ રહ્યો હતો. ત્યારે ઘરેથી માત્ર ૧ કીલોમિટરના અંતરે બ્રીજ પુરો જ થવાનો હતો ત્યા ગાડી બ્રીજની દીવાલથી અથડાઈ અને સુરેન્દ્ર બ્રીજની દીવાર પરથી નીચે પડ્યો. આસપાસના સેવાભાવી લોકોએ તેને ન્યુ સિવિલ હૉસ્પીટલમાં એડમિટ કર્યો હતો.

બે દિવસ અથાગ પ્રયત્નો અને જુદાં જુદાં ટેસ્ટ કર્યા બાદ પણ સુરેન્દ્રની હાલતમાં કંઈ જ સુધારો ન દેખાયો અને રિપોર્ટમાં તે બ્રેનડેડ હોવાનું ખબર પડી. માતા- પિતા, મામા અને ભાઈ આખો પરિવાર નિ:શબ્દ દુ:ખમાં હતો. દીકરાના મૃત્યુના સમાચાર સાંભળી હૉસ્પિટલમાં માતાનું હૈયાફાટ રુદન પ્રસર્યું હતું. સમયના અભાવે આગળનો નિર્ણય કરવો અનિવાર્ય હતું. એટલે ડૉક્ટરોએ પિતા બદ્રીપ્રસાદ અને મામા શ્યામલાલ કશ્યપને બોલાવી અંગદાન સૂચન કર્યું. સુરેન્દ્ર હવે નથી રહ્યો પણ તેના અંગોનુ દાન કરી તમે અન્ય લોકોને નવજીવન આપી શકો છો. પિતા બદ્રીપ્રસાદ કહેવા લાગ્યા. "મુજે સમજ નહીં આ રહા થા ક્યા કહું, મેરા બેટા બહોત મહેનતી થા. ઉસે મેરે સાથ હી મેરે લુમ્સ કે ખાતે મેં કામ પર રખા થા. બહુત મહેનત કરતા થા. બહુત ઉત્સાહી થા. મુજે લગા કીસી ઓર કા ભી બચ્ચા બચ જાયેગા. હમારા બેટા તો નહીં રહા મગર કીસી ઓર કે ઘરમે કોઈ બચ જાયેગા. મૈને ઔર શ્યામલાલ કશ્યપને ઈસ વિચાર સે અંગદાન કરને કી સહમતી દે દી. મુજે હિમ્મત નહીં પડ રહી થી સુરેન્દ્ર કી માતા કો બતાને કી, મગર મેને ફૈસલા કિયા ઔર અંગદાન કી સહમતી દે દી." માતા સાવિત્રી દેવીને પણ કોઈને નવુ જીવન મળશે અને મારા દીકરાના અંગો કોઈના શરીરમાં ધબકતા હશે તેની

સંતુષ્ટી છે. સાવિત્રી દેવીએ કહ્યું હતું કે, "હવે દીકરો પાછો તો લાવી શકતા નથી પરંતુ અંગદાનના કારણે મારા હવે ત્રણ દીકરા થઈ ગયા."

આ હ્રદયદ્રાવક અંગદાનની કહાની સાંભળ્યા પછી સાંજે પાછી ફરતી વખતે બદ્રીપ્રસાદજીએ કહ્યું કે, "લડકે કે જાને કે બાદ એક બાત દીલ સે નિકલી કી અગર કિસીકા એક્સીડેન્ટ દેખા, તો ઉસે લોગોને તુરંત અસ્પતાલ કી મદદ કરની ચાહી ઓર સારી કોશીશ કરને કે બાદ કુછ ના કર પાએ તો અંગદાન કર કે હમ કીસી કો નયા જીવન દે સકતે હૈ. તો અંગદાન કરના ચાહીએ. મેરે બેટે કે અકસ્માત કે વક્ત સારે દુ:ખ મે થે. મુજે તો પરિવાર કો સંભાલના જરૂરી થા કિસી કો તો મજબુત રહના હોગા ઇસ લીએ મેને કુછ કઠીન મગર સહી નિર્ણય લિએ." આ વાક્ય બોલતા વખતે તેમના ચહેરા પર સંતુષ્ટીનો ભાવ છવાયો હતો.

*****

૩ સ્વ. મંજુદેવી પ્રમોદ સિંહ

વર્ષ ૨૦૨૩ ની શરૂઆત હતી. મકરસંક્રાંતિનો તહેવાર નજીક હતો. પરિવારની સેવામાં પરોવાયેલા મંજુદેવી સુરતમાં જ રહેતી બેન સુનિતાના ઘરે તહેવાર માટે મિઠાઈઓ બનાવવા ગયા હતાં. મિઠાઈ બનાવતા બનાવતા એકાએક તેમની તબિયત ખરાબ થઈ. પરિસ્થિતી એવી થઈ કે તેમને તાત્કાલિક ન્યુ સિવિલ હૉસ્પિટલમાં એડમીટ કરવા પડ્યા. મકરસંક્રાંતિનું પર્વ દાનનું પર્વ છે. પણ મંજુદેવી એક સર્વ સાધારણ સ્ત્રી અને તેમનો પરિવાર આ દાન પર્વ પર જીવનના સત્યને બખૂબી સમજી અંગદાન જેવું મહાદાન કરવાની પરોપકારની ભાવનાને સાર્થક કરવાનો નિર્ણય કર્યો હતો. એ આપણા જેવા સામાન્ય લોકોની વચ્ચે રહી ખૂબ જ ઉદાર હ્રદયના માનવીનો શ્રેષ્ઠ ઉદારહણ છે. મંજુદેવીના બ્રેનડેડ થયા બાદ, સ્નેહીના મૃત્યુ સમયે નાનકડા પરિવાર પર આવી પડેલા દુ:ખના પહાડ વચ્ચે પણ ખૂબ વિશાળ હ્રદયે ઈશ્વરના નિર્ણયને માન્ય કરી આગળ કોઈને નવુ જીવન મળવાનું છે એ વાત જાણી પરિવારે એક લિવર અને ૨ કીડનીના અંગદાનનો નિર્ણય કરી ત્રણ લોકોને નવજીવન આપ્યું હતું.

પ્રમોદ સિંહ અને મંજુદેવીનો સુખી પરિવાર બમરોલી, પાંડેસરા, સુરત ખાતે રહેતો હતો. તેમને એક દિકરો પ્રવિણ સિંહ અને એક દીકરી પ્રિયા સિંહ હતા. પ્રમોદ સિંહજી ગામ ગઢહરા, જિલ્લા ભધોહી, ઉત્તરપ્રદેશથી રોજગાર માટે વર્ષો પહેલાં સુરત આવી સ્થાયી થયા હતાં. સુરતની ડાઈંગ પેન્ટિંગ કંપનીમાં તેણે ઓપરેટર તરીકે કામ કર્યુ હતું. દિકરીને બી.એ. સુધી ભણાવી પરણાવી હતી અને દીકરાને પણ ડાઈંગ પેન્ટિંગમાં કામે લગાડ્યો હતો. વર્ષો સુધી મહેનત અને શ્રમ કરી બમરોલીમાં પોતાનું એક મકાન લઈ આખો પરિવાર આનંદ પ્રેમથી રહેતો હતો.

મંજુબેન એક ધાર્મિક મહિલા હતા. પોતાનો એક દીકરો અને દીકરીને પરિશ્રમ અને પ્રામાણીકતાના સંસ્કાર આપી ઉછેર્યા હતાં. જીવનમાં હંમેશા સારો કર્મો કરવાનો અને પરહીતના સંસ્કાર તેમને પરિવારમાં રોપ્યા હતાં. પ્રમોદ સિંહજી ઉમરને કારણે થાકી ગયા હતાં એટલે ઓપરેટરના કામથી વિરામ લીધો અને આજીવન સ્વાભિમાની સ્વભાવ હોવાના કારણે થાક્યા હોવા છતા તેઓ ગાર્ડ તરીકે કામ કરવાનું શરૂ રાખ્યુ હતું. ૧૨ જાન્યુઆરીના રોજ બપોર પછી પ્રમોદ સિંહના ફોનની ઘંટડી વાગી, ભાઈનો ફોન હતો. સામેથી કહેવામાં આવ્યું કે મંજુબેનની તબિયત ખરાબ છે. પ્રમોદસિંહ તરત તેમની દીકરી પમ્મીજી અને જમાઈ સુશિલ સિંહને ફોન કરી સ્થળે મોકલ્યા અને મંજુબેનને તેમની બહેનના ઘરેથી જ સીધાં ન્યુ સિવિલ હોસ્પિટલ સુરત ખાતે એડમિટ કરવામાં આવ્યા હતાં. પ્રમોદ સિંહજીએ મન મક્કમ કરી મંજુબેનની વાત કરતા કહ્યું હતું કે, "દો પહર કો ઉનકા ફોન ભી આયા થા કી, ક્યા આપને ચાય પી લી હૈ ? રોજ કી તરહ આજ ભી ઉનકા કોલ આયા થા. રોજ કી તરહ હી દીન કી શુરુઆત હુઈ થી. મુઝે કોઈ કલ્પના

નહીં થી." સિવિલમાં એડમીટ કર્યા બાદ સીટી સ્કેન અને બીજા રીપોર્ટ કરવામાં આવ્યા. તેમની તબિયત કન્ટ્રોલમાં આવે તે માટે ડૉક્ટર્સ પ્રયત્ન કરી રહ્યાં હતાં. રાત્રે, પ્રમોદસિંહજી, તેમના દીકરા પ્રવીણસિંહ, દીકરી પ્રિયા કે મમ્મી અને જમાઈ સુશિલ સિંહ સિવિલ ખાતે મંજુબેનની તબિયતમાં સુધારો આવે તેવી પ્રાર્થના કરી રહ્યાં હતાં. તેમને વેન્ટીલેટર પર મુકવામાં આવ્યા હતાં. ડૉક્ટરના રિપોર્ટ્સ બાદ ડૉક્ટરે પરિવારને બોલાવી જણાવ્યું કે માથાની નસ ફાટી જવાથી તેઓ બ્રેનડેડ થયા છે. પ્રમોદસિંહે આ પ્રસંગને યાદ કરતા ભાવુક થઈ કહ્યું હતું કે, "વો હંમેશા કહતી થી કે જીવન મેં સબ અચ્છા કરના હૈ, કુછ ભી ગલત નહી કરના. ઇતને સાલોં કે ઉતાર ચઢાવ મેં વો હંમેશા હમારે સાથ ખડી રહી થી. પરિવાર મેં સબકો જોડ કે રખતી થી." બ્રેનડેડની અવસ્થા બાદ આગળ અંગદાન કરી શકાય છે. અને તેમના અંગો, જે લોકો વર્ષોંથી અંગોની પ્રતિક્ષામાં છે તેમને પ્રત્યાર્પણ કરવામાં આવેશે અને તેમને નવું જીવન આપના મહત્વના નિર્ણયથી મળશે તેવી ડોક્ટર દ્વારા મંજુબેનના પરિવારને માહિતી આપવામાં આવી.

હંમેશાથી "સર્વે સંતુ નિરામયા" ને સાર્થક કરતા મુલ્યોના આધારે પરિવાર જીવન જીવતો હતો. જેથી પરિવારમાં દીકરા દીકરી સૌનો નિર્ણય થયો કે, મા હવે આપણી વચ્ચે રહી નથી, પણ તેમના અંગોના દાનથી કોઈને નવું જીવન મળશે તો આપણે અંગદાન કરીશું. અને પ્રમોદસિંહ, પ્રવિણ સિંહ અને પમ્મીજીએ અંગદાનની પરવાનગી આપી. ૧૫ તારીખના રોજ મકરસંક્રાંતીના મહાદાન પર્વ પર અંગદાન થયું અને મંજુબેન અમર થઈ ગયાં.

*****

૪ સ્વ. રમેશભાઈ બાબુભાઈ ખરોસે

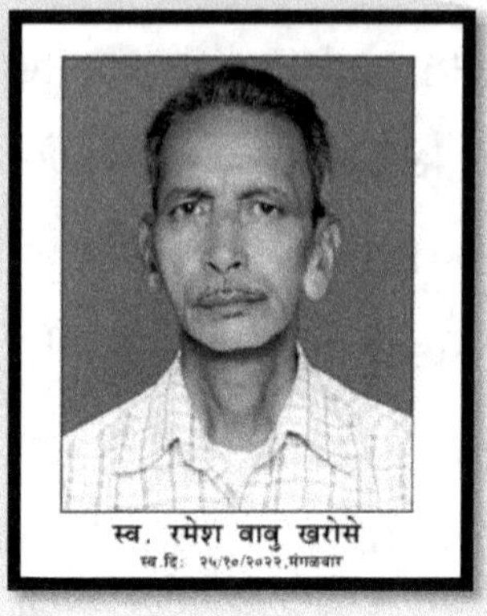

પિતાના આકસ્મિક મૃત્યુના સમયે પરિવાર દુઃખમાં ડુબ્યો હોય, આવી ઘડીએ પોતાના સ્નેહીના અંગદાનનો નિર્ણય કરવો અઘરો હોય છે. પરંતુ સ્વ. રમેશ બાબુભાઈ ખરોસેની ત્રણ દીકરીઓએ આ નિર્ણય લઈ અંગોની પ્રતિક્ષા કરતા પરિવારના સ્નેહીને નવજીવન આપ્યું છે. અને સાથો સાથ સમાજમાં દીકરીઓ પરિવારમાં સમાજના કલ્યાણકારી મહત્વના નિર્ણય કરી શકે તેવું ઉદાર અને ઉત્તમ માનવ કલ્યાણનું ઉદાહરણ પુરું પાડ્યું છે. તેમજ રમેશભાઈ ખરોસેના પત્ની અંજનાબેને પણ દીકરીઓના નિર્ણયને સાથ આપ્યો. આવો અઘરો નિર્ણય કરવા સ્વ. રમેશભાઈનો ઉછેર અને શીખામણ જ તેમની દીકરીઓ માટે પ્રેરણા બની. તેમના નિર્ણયથી ત્રણ લોકોને નવજીવન મળ્યું અને સાથો સાથ નેત્રદાન કરી ઈશ્વરની આ શ્રુષ્ટી જોવાનો કોઈ જરૂરત મંદને અવસર આપ્યો.

મૂળ કોંઝર ગાવ, મહાડ તાલુકો, મહારાષ્ટ્રના રહેવાસી સ્વ. રમેશભાઈ બાબુભાઈ ખરોસે તેમની પત્ની અંજનાબેન સાથે તડકેશ્વર સો.સા. આઝાદનગર, ભટાર ખાતે રહેતા હતાં. પિતા બાબુભાઈ ખરોસે

પોલીસ હતા ત્યારે તેમનુ નિવાસ વર્ષો સુધી અઠવાગેટ પોલીસ કોલોની ખાતે રહ્યું હતું. અંજના બહેન હાલ પણ ચિલ્ડ્રન હાસ્પિટલમાં ઘર ચલાવવા નોકરી કરે છે. ત્રણ દીકરીઓને પરણાવી બન્ને પતિ પત્ની નોકરી કરતા હતાં. રમેશભાઈની ત્રણે દીકરીઓ નજીકમાં જ રહેતી હતી. ઉષાબેન, મિનાક્ષીબેન અને જ્યોતીબેન તહેવાર પ્રસંગે માતા પિતાને મળતા રહેતા હતાં. મોટી દીકરી ઉષાબેનનો મોટો દીકરો રોહીત નાના-નાની સાથે જ રહેતો. ઘર નજીક હોવાથી ત્રણેય દીકરીઓ અને જમાઈ, રમેશભાઈ અને અંજના બેનને અવાર નવાર મળવા જતાં. જીવનનો પ્રવાસ આગળ વધી રહ્યો હતો.

રમેશભાઈ રોજ અગાસી પર સુતા એટલે ૨૪ ઑક્ટોબરના રોજ રાત્રે ૧૦:૩૦ વાગે તેઓ અગાસી પરથી પાણી લેવા નિચે આવી રહ્યાં હતાં ત્યારે પગ લપસી જતાં તેઓ પડી ગયા જેથી તેમને માથાના ભાગે ગંભીર ઈજા થઈ હતી. તરત જ આસપાસના પાડોશી અને તેમનો પૌત્ર રોહીત તેમને ન્યુ સિવિલ હૉસ્પિટલ લઈ ગયા. જ્યાં તાત્કાલિક તેમને એડમિટ કરવામાં આવ્યા. ઘટનાની જાણ થતા જ આખો પરિવાર સિવિલ પહોંચ્યો હતો. તાત્કાલિક સારવાર શરૂ કરવામાં આવી અને આખી રાત અને બીજા દીવસે મોડી રાત્રે અનેક સંઘર્ષો પછી રિપોર્ટ્સમાં ખબર પડી કે રમેશભાઈને માથાના ભાગે ઈજા થવાથી તેઓ બ્રેનડેડ થઈ ગયા છે. એટલે ડૉક્ટરે આ દુઃખદ સમાચાર પરિવારને આપ્યા. અત્યંત ગમગીન અને કરુણ વાતવરણ થઈ ગયું હતું. અંજનાબેન અને દીકરીઓ પરિવારના આધારસ્તંભના ગુજરી જવાથી શોકમાં હતા. થોડાક સમય બાદ ડૉક્ટર નિલેશભાઈ કાછડીયાએ પરિવારનું સાંત્વન કર્યુ અને આગળની પ્રોસેસ માટે જાણકારી આપી. પરિવારના તમામ સભ્યોને બોલાવી બ્રેનડેડ અને અંગદાન વિશે માહિતી આપી. ઉષાબેન સાથે

વાત કરતા તેમણે જણાવ્યું હતું કે, આ પ્રસંગે અંગદાનનો નિર્ણય કરવો અમારી માટે અઘરો હતો. પણ ડૉક્ટર સાહેબ અને ત્યાના કાઊન્સિલરોએ અમને અંગદાન વિશે માહિતી આપી હતી. મારા પિતાના અંગદાનથી કોઈના પિતાને કે કોઈ વ્યક્તિને નવુ અંગ મળવાથી નવું જીવન મળવાનું હતું. એટલે અમે ત્રણે બહેનોએ માતા અને પરિવાર સાથે વાત કરી અને અંગદાન કરવાની સહમતી આપી હતી. તેમણે ઉમેરતા કહ્યું હતું કે, કોઈને નવું જીવન મળવાનું હતું અમારા પિતા તો ગુજરી જ ગયા છે. તે પાછા આવી શકે એમ નથી અને અંતિમ વિધી કર્યા બાદ શરીર નષ્ટ થઈ જસે તો અંગદાનથી કોઈને નવું જીવન મળશે આ વિચારથી પરિવારના બધા જ સભ્યો અંગદાન માટે તૈયાર હતા. ૨૫ તારીખના રોજ ત્રણેય દીકરીઓની સહમતી બાદ લિવર અને ૨ કીડનીના અંગદાનથી ત્રણ લોકોને નવ જીવન મળ્યું અને ત્રણ અંગો જરૂરતમંદોને ટ્રાન્સપ્લાન્ટ કરવામાં આવ્યા. સ્વ. રમેશભાઈની શિખામણ અને સંસ્કારો એ જ ત્રણેય દીકરીઓને માનવ કલ્યાણના આ અંગદાનનો નિર્ણય કરવા પ્રેરીત કર્યા હતાં.

સ્વ. રમેશભાઈ ખરોસેના બારમાની વિધી વખતે ગામમાં આયોજિત કિર્તનમાં ગ્રામસ્થો દ્વારા તેમને શ્રદ્ધાજલી અર્પણ કરવામાં આવી હતી તેમજ સમાજની ઉપસ્થિતીમાં અંગદાન મહાદાન થકી નવજીવન આપવાના નિર્ણયનું અભિવાદન કરવામાં આવ્યું હતું. ધન્ય છે ! એ ત્રણ દીકરીઓ અને એ દ્રઢમનોબળવાળા તેમના પત્ની અંજના બેનને.

*****

૫ સ્વ. આનંદા ભાઈદાસ ધનગર

આ માત્ર અંગદાનની નહી પરંતુ સુરત સિવિલ હૉસ્પિટલના ઐતિહાસિક અંગદાનની વાત છે !

સ્વ. આનંદા ભાઈદાસ ધનગર અંગદાન કરી અમર થઈ ગયા. પણ તેમના દીકરા વિનોદ આનંદા ધનગરે આત્મમંથન અને પ્રચંડ ધૈર્ય ધારણ કરી અંગદાનનો નિર્ણય લઈ સમાજ માટે મોટો આદર્શ ઉભો કર્યો છે. આનંદાભાઈ ધનગરના ડાબા હાથનુ અંગદાન થયું. જે સુરત સિવિલના ઇતિહાસમાં થયેલ સૌ પ્રથમ હાથનું મહાદાન હતું. જેનાથી કોઈના જીવનમાં નવચૈતન્ય જાગ્યુ છે.

સમુદ્રમંથનમાંથી હળાહળ નિકળતા વિશ્વ કલ્યાણ માટે વિશ પ્રાષાણ કરવું પડે તેમ માનવી જીવનમાં પણ ઘણી વખતે કલ્યાણકારી નિર્ણયો કરવા માટે ધૈર્ય અને શાંત મને વિરોધ અંગીકાર કરવો પડે જે અત્યંત

કલ્યાણકારી સાબીત થયા બાદ આપણા મનને અને સૌને સંતુષ્ટી આપતો હોય છે. વિનોદભાઈ પણ આવા જ માનસિક અવઢવમાં ફસાયા હતા ત્યારે તેમણે મનને મક્કમ કરી પિતાના અંગદાન મહાદાનના સંકલ્પને પુર્ણ કર્યુ હતું. પિતા સ્વ. આનંદા ધનગરના મૃત્યુ બાદ ગામમાં સગાસંબંધીઓ વહેલી તકે ગામ પહોંચવા વિનોદભાઈને આગ્રહ કરી રહ્યાં હતાં તો બીજી તરફ વિનોદભાઈએ તેમના પિતાના અંગદાન કરવાનો સંકલ્પ કર્યો હતો. વિનોદભાઈએ કહ્યું હતું કે, "મારી માટે આ પરિસ્થિતી અત્યંત કપરી હતી. મેં પિતાના અંગદાન કરવાનો નિર્ણય કર્યો હતો માટે હું તરત ગામ નિકળી શકુ એમ ન હતું. બીજી તરફ ગામમાં સગાસંબંધીઓને કઈ રીતે સમજાવીએ તે પ્રશ્ન હતો." વિનોદભાઈ આગળ કહ્યું કે, "ગામથી આવતા કૉલ મારા અંગદાનના નિર્ણયને અસર કરી રહ્યાં હતાં. મારી ઉપર ખુબ પ્રેશર હતું. પણ મે વિચાર્યુ કે જો અંગદાનથી કોઈને નવું જીવન મળતું હોય તો તેના આશિર્વાદથી મારા પિતાના આત્માને શાંતિ મળશે. તેમની આત્માને શાંતિ મળવા નિર્મળ હ્રદયે પ્રાર્થનાઓ થશે. તો કેમ નહીં અંગદાન કરીએ ?"

મૂળ મહારાષ્ટ્રમાં ધુલીયા જિલ્લામાં આવેલ લામકાણી ગામના સ્વ. આનંદાભાઈ ધનગર રોજગાર માટે સુરતમાં આવ્યા હતાં અને લિંબાયત વિસ્તારમાં રહેતા. તેઓ ફાયર એક્ષટીંગ્યુશર રિપેરીંગના નિપૂણ કારીગર હતા. તેમના કામમાં તેઓ ખૂબ સમર્પિત હતા જેથી તેમની નિપૂણતા બદલ તેમને સન્માનિત પણ કરવામાં આવ્યા હતાં. તેમનો પરિવાર મહારાષ્ટ્રના સોનગીર ગામમાં રહેતો હતો. પરિવારમાં પત્ની આરસ્તોલબેન, મોટો દીકરો વિનોદ અને નાનો દીકરો વિનાયક હતા. અવાર નવાર તેઓ પરિવારને મળવા જતાં હતાં. આરસ્તોલબેન પણ ખૂબ મહેનત કરતા, નાના મોટા કામ કરી

તેમણે દીકરાઓનો ઉછેર કર્યા હતો. મોટો દીકરો વિનોદ ગામમાં પાન રેકડી ચલાવે છે તો નાનો ભાઈ વિનાયક દુકાન પર કામ કરે છે આમ પરિવાર મહેનત કરી આનંદે જીવન નિર્વાહ કરી રહ્યો હતો.

૩૦ નવેમ્બરના દિવસે રોજની જેમ સવારે ૭ વાગ્યાની આસપાસ આનંદાભાઈ ઉઠ્યા અને બાથરુમ જવા સીડી ચઢી રહ્યાં હતાં ત્યારે એકા એક તેઓ પગ લપસી જતાં ઢળી પડતા માથે માર લાગ્યો હતો. સાથે રહેતા સહ કર્મીઓ તેમને તત્કાલ ન્યુ સિવિલ હૉસ્પિટલમાં લઈ આવ્યા. સવારે ૯:૩૦ વાગે વિનોદભાઈને પિતાના દુ:ખદ અકસ્માતની જાણ થતા તેઓ તરત સુરત તરફ જવા રવાના થયા. લિંબાયતમાં તેમના સંબંધી પ્રકાશભાઈ નિળે, પ્રફુલભાઈ નિળે, વિઠોબાભાઈ ધનગર તેમજ અન્ય પરિચીતોને વિનોદભાઈએ જાણ કરી દીધી જેથી તેઓ હૉસ્પિટલ ખાતે પહોંચી ગયા હતાં.

બપોર સુધી વિનોદભાઈ સુરત સિવિલ ખાતે પહોંચી ગયા. ડૉક્ટરોએ ત્વરીત આનંદાભાઈના સારવારની પ્રક્રિયા શરૂ કરી દીધી હતી. તેમને આઈ.સી.યુ.માં એડમીટ કરવામાં આવ્યા હતાં. સમય આગળ વધી રહ્યો હતો. વિનોદભાઈ તે પ્રસંગને યાદ કરતા કહ્યું હતું કે, "ત્રણ, ચાર કલાક હું નિ:સ્તબ્ધ હતો. ખૂબ રડી રહ્યો હતો."કુદરતની સામે ડૉક્ટરોનો સંઘર્ષ શરૂ હતો. ડૉક્ટરોએ સીટીસ્કેન અને અન્ય રીપોર્ટમાં જાણવા મળ્યું કે, આનંદાભાઈને બ્રેનમાં ઈજા થતા તેઓ બ્રેનડેડ થયા હતાં. તેમના ન્યુરોન્સને આંતરિક રક્તસ્ત્રાવને કારણે નુકસાન થયું હતું. હવે આનું કોઈ નિદાન શક્ય ન હતું. હૉસ્પિટલમાં કાર્યરત ડૉ. નિલેશભાઈ કાછડીયા અને કાઉન્સિલર ગુલાબભાઈ એ વિનોદભાઈને બોલાવી સાંત્વનાપુર્વક તેમના બ્રેનડેડ

હોવાની વાત જણાવી. વિનોદભાઈએ તે પ્રસંગે જણાવતા કહ્યું હતું કે, "અંગદાન વિશે મને ખબર ન હતી પણ ડાક્ટર સાહેબે અને કાઉન્સિલર દ્વારા મને તેના વિશે પુરતી માહિતી મળી અને અમારા તમામ પ્રશ્નોના સંતોષકારક જવાબો આપ્યા." ખૂબ વિચાર બાદ મને લાગ્યુ કે, "મારા પિતા તો નથી રહ્યાં જો હું અંગદાન કરીશ તો જેને અંગો મળશે તે વ્યક્તિ અને પરિવારના આશિર્વાદથી ક્યાંક મારા પિતાની આત્માને શાંતિ મળશે અને કોઈને નવું જીવન મળે. એટલે આપણે અંગદાન કરવું જોઈએ." ત્યા ઉપસ્થિત મારા સબંધી વિઠોબા ધનગરજીએ પણ મને કહ્યું કે, "સારુ કામ છે પણ ઘરનો દીકરો તું છે એટલે તારે નિર્ણય લેવાનો છે. મનમાં વિચાર આવતા ગામના લોકો શું કહેશે શંકા કુશંક કરશે પણ અતત: મે અંગદાન કરવાનો નિર્ણય લીધો."

વિનોદભાઈની સંમતી બાદ ડૉક્ટરોની ટીમ નિકળી ગઈ હતી. પણ ગામથી સંબંધીઓના સતત ફોન આવી રહ્યાં હતાં. વિનોદભાઈને ગામના લોકોની ચિંતા થવા લાગી હતી. મિત્રોના ફોન આવી રહ્યાં હતાં એટલે મોડી રાત્રે તેમણે અંગદાનનો નિર્ણય પડતો મુકી ગામ જવાની મનશા વ્યક્ત કરી હતી. ત્યારબાદ સિવિલના ડૉક્ટર, આર.એમ.ઓ. તેમજ અધિક્ષક અને કાઉન્સિલર દ્વારા તેમને સવિસ્તાર અંગદાનની પ્રક્રિયા સમજાવવામાં આવી. ત્યારે મેં તમામ નકારાત્મક વિચારોને અને ચિંતા છોડી દૃઢ નિશ્ચય કર્યો અને ડૉક્ટરોને કહ્યું કે, "તમે અંગદાનની પ્રક્રિયા પૂર્ણ કરો. મારે આ નિરર્થક ચિંતામાં પડવું નથી." આમ વિનોદભાઈએ નકારાત્મક વિચારોને દુર કરી અંતે નવજીવન આપવાના નિર્ણયને મક્કમ રીતે પુરુ કર્યુ. તેમના નિર્ણય વિશે જણાવતા વિનોદભાઈએ કહ્યું કે, "આજે હું મારા નિર્ણયથી ખૂબ સંતુષ્ટ છું.

મારા પિતાની આત્માને શાંતિ મળી હશે અને કોઈકને નવજીવન મળ્યું છે. આનાથી વધુ સારી વાત શું હોઈ શકે !"

૨ જી ડીસેમ્બરે બપોરે દોઢ વાગ્યાની આસપાસ સ્વ. આંનદાભાઈ ધનગરના ડાબા હાથના અંગદાનથી કોઈના નિરાશ અને હતાશ થઈ ગયેલા જીવનની આકાંક્ષાઓ અને ઈચ્છાઓ પુર્ણ કરવા તેને હાથ મળ્યો જે જીવનના દરકે સંઘર્ષમાં તેનો આધાર બનશે. બપોર બાદ વિનોદભાઈ પાર્થીવ શરીરને લઈ ગામ જવા નિકળ્યા અને મક્કમ મનોબળ અને કરુણાભાવે પિતાની અંતિમવિધી ગામે પુરી કરી.

પણ ઐતિહાસિક પ્રસંગ અહી પુર્ણ થતો નથી,

આંનદાભાઈના હાથનું દાન કર્યા બાદ જ્યારે હાથનું સફળતાપુર્વક પ્રત્યારોપણ કરવાંમાં આવ્યું તેના થોડાક સમય બાદ ઉમરના કારણે હાથ પર આવેલી કરચલીઓ મટી ગઈ અને તે હાથ શરીર સાથે એકરૂપ થઈ ફરી યુવાન થઈ ગયો.

*****

૬ સ્વ. જીતેન્દ્ર જગદીશભાઈ કેવટ

૨૯ વર્ષના જુવાન સ્વ. જીતેન્દ્ર જગદીશભાઈ કેવટ મૂળ હનુમાન ગઢ, ખવજામા ગામ, બીહારના વતની વર્ષો પહેલા ઘણી આકાંક્ષાઓ અને સપના સાથે સુરત આવ્યા હતાં. તેમના બ્રેનડેડ બાદ લિવર અને બે કીડનીના અંગદાનથી ત્રણ પરિવારોના સ્નેહીઓને નવા અંગો સાથે નવા જીવનની આશા પ્રાપ્ત થઈ. જીતેન્દ્રભાઈ ખૂબ મહેનતી અને પરિશ્રમી હતા. તેઓ કરંજ, સુરત ખાતે ધાગાની કંપનીમાં ઓપરેટર તરીકે કામ કરતા અને એકલા રહેતા હતાં. માતા પિતા ગુજરી ગયા બાદ પરિવારમાં મોટા ભાઈ અને ભાભી પપ્પુ કેવટજી અને વિણાદેવી તેમના માટે માતા પિતા હતા. પપ્પુભાઈ કેવટ પરિવાર સાથે દાદરા નગર હવેલી ખાતે રહેતા હતાં. દીવ્યાંગ હોવાથી સામાન્ય નોકરી કરીને પરિવારનું ગુજરાન ચલાવતા. જીતેન્દ્રભાઈ જ્યારે પણ ભાઈને મળવા જાય ત્યારે પપ્પુભાઈના બાળકોને ખૂબ લાડ, દુલાર કરતા.

અવાર નવાર તહેવાર પ્રસંગે બાળકોને કપડા, મિઠાઈ લઈ જતાં. મોટા ભાઈ અને ભાભીને ખૂબ સન્માન આપતા.

પપ્પુભાઈ કેવટ સાથે વાત કરતા ભાવૂક સ્વરમાં તેમણે કહ્યું હતું કે, "હમારે ઘર કા સહારા હી ચલા ગયા. બહુત અચ્છા થા હમારા ભાઈ, કોઈ ગલત કામ નહીં કીયા કભી, પરિવાર મેં માતા પિતા કે બાદ સુરત કામ કરને આ ગયા થા. યહાં આકર ભી પરિવાર કો કભી ભૂલા નહીં. હમ સુરત આ નહીં પાતે થે તો હમે મીલને દાદરા નગર હવેલી આ જાયા કરતા થા."

જીતેન્દ્રભાઈ ત્રણ મિત્રો સાથે બાઈક લઈને દાદરા નગર હવેલી ખાતે મોટા ભાઈ પપ્પુ કેવટ અને પરિવારને મળવા આવ્યા હતાં. બાળકો અને માતા પિતા સમાન ભાઈ ભાભી સાથે સમય વિતાવ્યા બાદ ૨૬ તારીખના રોજ તેઓ સુરત પાછા ફર્યા ત્યારે રસ્તામાં વલસાડ પાસે હાઈવે પર અસસ્માત નડતા તેમને માથાના ભાગે ઘાતક ઈજા પહોંચી હતી. જેથી તત્કાલ સાથી-મિત્રોએ તેમને વલસાડ હૉસ્પિટલ લઈ ગયા હતાં પરંતુ ત્યાંથી વધુ સારવાર માટે ડૉક્ટર દ્વારા તેમને ન્યુ સિવિલ હૉસ્પિટલ સુરત ખાતે જવાનું કહેવામાં આવ્યું. ૨૬ તારીખના રોજ બપોરે ૩ વાગે સાથી મિત્રો ધર્મેન્દ્ર યાદવ અને અન્ય મિત્રો તેમને ન્યુ સિવિલ હૉસ્પિટલ ખાતે લઈ આવ્યા. જ્યા ઝડપથી તેમની સારવાર શરૂ કરવામાં આવી. મોટા ભાઈ પપ્પુ કેવટ બપોરે ૩ વાગ્યાની આસપાસ સુરત સિવીલ ખાતે પહોચ્યા હતાં. પરિવારમાં પિતાના ગુજર્યા બાદ એકમાત્ર ભાઈ સાથે હતો અને તેનો આવો કરૂણ અકસ્માત થવાથી મોટા ભાઈને આઘાત લાગ્યો હતો. તે અત્યંત દુખી હતાં. ડૉક્ટરો સતત સારવાર કરી રહ્યાં હતાં. આવશ્યક ચકાસણી બાદ તેમનુ બ્રેનડેડનુ તારણ આવતા ડૉક્ટરોએ તેમના પરિવારને બ્રેનડેડ વિશે જાણ કરતા. તેમના

ભાઈ પપ્પુ કેવટ વ્યથિત થયા હતાં. અંતે જુવાન અને હંમેશા પરિવાર સાથે સ્નેહભર્યાે સંબંધ ધરાવનાર સ્વ. જીતેન્દ્રભાઈ કેવટનું લિવર અને 2 કિડનીનું ડૉક્ટરોના માર્ગદર્શન હેઠળ અંગદાન થયું. જુવાન ભાઈના અંગોનું દાન કરવાનો નિર્ણય કરી સમાજને એક શ્રેષ્ઠ ઉદારહણ પુરુ પાડ્યું.

*****

૭ સ્વ. કમલેશભાઈ પ્રવિણચન્દ્ર ભાવસાર

જેમની બન્ને કીડની ખરાબ થઈ ગઈ હોય અને અંગદાનથી કીડની મળે તો નવા જીવનની સંભાવના હોય પણ, ના મળે તો મૃત્યુની પ્રતિક્ષા જ કરવાની અને પરિવારે પણ તેના સ્નેહીને આ પ્રતિક્ષામાં પળ-પળ મૃત્યુ તરફ પ્રયાણ કરતા જોવાના આ એક કરુણ, અસહાય પરિસ્થિતિમાં ડૉક્ટર પણ કંઈ જ ના કરી શકે જ્યાર સુધી કમલેશભાઈ ભાવસાર જેવા દુર્ભાગ્યે બ્રેનડેડ પામેલા પરિવારના સભ્યો તેમના અંગદાન કરવા તૈયાર ના થાય. પણ કમલેશભાઈ ભાવસાર જેવા દેવદૂત સમાન લોકો મૃત્યુ બાદ પણ કોઈને જીવન આપીને જતાં હોય છે. કમલેશભાઈનું જીવન પણ સમાજને પ્રેરણા આપતુ. દુનિયાથી વિદાય લેતા-લેતા પણ નવું જીવન આપી જવાની કહાની છે. કમલેશભાઈ બ્રેનડેડ થયા બાદ તેમના પરિવારે તેમના ૨ કીડનીનું અંગદાન કરી અસહાય બની બેસેલા અંગોની પ્રતિક્ષા કરતા પરિવારના સ્નેહીને નવું જીવન આપ્યું.

ઉધનાની ઘર્મયુગ સોસાયટીમાં કમલેશભાઈ પ્રવિણચન્દ્ર ભાવસાર તેમની વયોવૃદ્ધ માતા ગુણવંતીબેન સાથે એકલા રહેતા. ૧૯૯૮ માં જ પિતા ગુજરી

ગયા હતા. અને નાના ભાઈ સતિષભાઈ મધ્ય પ્રદેશમાં સ્થળાંતરીત થઈ ગયેલા. એટલે માતાને સંભાળવાની જવાબદારી કમલભાઈ પર હતી. મોટી બહેન ઉષાબેન અને ભારતીબેન સુરતમાં જ વળાવી દીઘેલી. માતા અને પરિવાર માટે વાત્સલ્યનો અખૂટ ખજાનો હતો. કમલેશભાઈ પાસે જવાબદારીઓના અવિરત પ્રવાહમાં અને માતાની કાળજી પેટે તેમણે લગ્ન કર્યા ન હતાં. ૪૬ની ઉમરે પણ નાના બાળકની જેમ માતાની કાળજી રાખતા. મમ્મીને ભજીયા ખવડાવા લઈ જાય, ચાહ પિવડાવે, દીવાળીમાં માર્કેટમાંથી જે પણ ગીફ્ટ મળતી એટલે બાને આપી દેતા. પોતાની માટે કંઈ જ નહીં રાખવાનું પણ માતા બહેનો ભાણેજ અને પરિવાર માટે જીવતા.

તહેવાર હોય એટલે ઉષાબેન અને ભારતીબેનના ઘરે જતાં. ભારતીબેનના ઘરે રોકાતા ભાણેજ અને બાળકોને વહાલ કરતા. કમલેશભાઈ ભાવસાર પરિવારનો વાત્સલ્યનો દરીયો હતા. તેમની બહેનો અને ભાણેજ કમલેશભાઈ વિશે કહેતા જણાવ્યું હતું કે, ખીસામાં પૈસા હોય એટલે પૌત્રો માટે વાપરી કાઢતા પછી ભલે તેમને ચાલતા જવું પડે. પરિવાર માટે આખુ જીવન હતું, કમલેશભાઈનું.

૨૫મી ફેબ્રુઆરીએ માત્ર આ વહાલનો દરીયો શાંત થઈ જવાનો હતો. અને જતાં જતાં પણ તેમના સ્વભાવની જેમ જે ભગવાને આપ્યું તે અંગો પણ કમલેશભાઈ કોઈને આપીને નવું જીવન આપીને ગયા. ૨૨મી ફેબ્રુઆરીની વાત છે. રોજની જેમ કમલેશભાઈએ સવારના નિત્યક્રમ પુર્ણ કરી. બાને ચા-નાસ્તો કરાવ્યો હતો અને સવારે ૧૦ વાગ્યાની આસપાસ ત્રીજા માળે ઘરેથી નિચે ઉતરતા ઉતરતા રોડ પર ચક્કર આવીને લપસી પડ્યા. એટલે પરિવારના સભ્યોને જાણ કરી આસપાસના લોકોએ તેમને હોસ્પિટલમાં એડમીટ કર્યા. એકલી એક માતાનો આધાર કમલેશભાઈ હોસ્પિટલમાં એડમીટ હતાં. ડૉક્ટરોએ તરત તેમની સારવાર શરૂ કરી તેમને વેન્ટીલેટર પર મુક્ચા હતાં. પરિસ્થિતીને કાબુમાં કરવા આવશ્યક દવાઓ અને તમામ પ્રયત્નો ડૉક્ટરો કરી રહ્યાં હતાં. એક દિવસ પસાર થઈ ગયો પરિવાર ચિંતામાં હતો. આવશ્યક રિપોર્ટ, સિટિસ્કેન બાદ ખબર પડી કે

કમલેશભાઈ બ્રેનડેડ પામ્યા છે. એડમીટ કર્યાના બીજા દીવસે ડૉ. નિલેશભાઈ કાછડીયાએ પરિવારને બોલાવી આ દુ:ખદ સમાચાર આપ્યા અને અંગદાન કરવાના પર્યાય વિશે સુચવ્યુ. દાન અને સેવામાં જીવન ખપાવી દેનાર કમલેશભાઈ હવે જતાં જતાં પણ અંગદાન કરી કોઈને નવું જીવન આપીને જવાના હતાં. માતા ગુણવંતીબેન, ભાણેજ કુણાલભાઈ શાહ અને ભારતીબેન ભારે હદયે અંગદાન કરવાની સહમતી દર્શાવી. અને ૨ કીડનીનું દાન કરી કમલેશભાઈ કોઈને નવું જીવન આપી ગયા. માતૃ સેવા, પરિવાર વાત્સલ્ય અને જવાબદાર વ્યક્તિત્વ અને સેવાભાઈ કમલેશભાઈ સમાજમાં એક સંદેશ આપી અમર થઈ ગયા કે, જીવન દરમ્યાન અને જીવન બાદ પણ આપણે દાન કરી આપણે કોઈના જીવનને બચાવી શકીએ છીએ.

*****

૮ સ્વ. શંકરભાઈ શ્યામસિંગભાઈ વસાવા

દીવાળી એ પ્રકાશનો ઉત્સવ છે. અંધકારને દૂર કરી જીવનમાં પ્રકાશ પાથરવાનો ઉત્સવ છે. પરિવારનો એક દીવો ઓલવાય તો તેનાથી બીજો દીવો પ્રગટાવવો એ જ દીપાવલીનો અર્થ છે. શ્યામસિંગભાઈ વસાવાએ પોતાના ૨૦ વર્ષના એકમાત્ર દીકરા શંકરભાઈના બ્રનડેડ થયા બાદ દીપ સે દીપ જલાઓની ઉક્તિને સાર્થક કરી તેના અંગદાનનો નિર્ણય કર્યો હતો.

મારા દીકરાનું હૃદય કોઈના શરીરમાં ધબકશે, તેની કીડની કે લિવર કે હાથના સ્વરુપે ક્યાંક કોઈના શરીરને જીવનદાન આપશે. આ નાનકડી સંવેદના માનવીય છે. આને શિક્ષણ કે, કોઈ વર્ગ કે ધર્મ સાથે કોઈ સંબંધ નથી. સૃષ્ટિના સર્જનહારે માનવમાત્રના હૃદયરુપી ઝરણામાં આ સંવેદનાની ભીનાશનું ઝરણુ વહાવ્યું છે.

શ્યામસિંગભાઈ વસાવા અને માતા અંબાબેનનો એકમાત્ર દીકરો શંકરભાઈ માત્ર ૨૦ વર્ષની ઉમરના હતા. વાંકી ફળીયુ, નસારપુર ગામ, ઉમરપાડા સુરતમાં રહેતા. આખો પરિવાર ખેત મજુરી કરી આત્મસન્માન ભેર જીવન નિર્વાહ

કરતું. નજીકમાં જ શ્યામસિંગ ભાઈના ભાઈ બાબુભાઈ અને તેમના ત્રણ દીકરાઓ રહેતા. શહેરી જીવનથી દુર કુદરતના ખોળે ખેતરમાં ખેત મજુરીનું કામ કરતા.

શંકરભાઈના પરિવારે તેમના બ્રેનડેડ થયા બાદ અંગદાન કરવાનો નિર્ણય કર્યો હતો. દીવાળીના દીવસો હતા. ઘરેઘર આનંદ હતો. દિવાળીના દીવાઓ અંધકારને દુર કરી પ્રકાશ પાથરી રહ્યાં હતાં. ખેતરોમાં કામ બંધ હતું. શંકરભાઈ પણ એ દીવસે તહેવારની ઉજવણીમાં આનંદીત હતા. મિત્રો અને પરિવાર સાથે દીવાળી ઉજવી રહ્યાં હતાં ત્યારે ગામમાં જ સ્કુલ પાસે મિત્રો સાથે ગયેલા ત્યારે સ્કુટર પરથી પગ લપસી જતાં તેઓ નિચે પડ્યા. મિત્રો ગભરાઈ ગયા તત્કાલ તેમના પરિવારને જાણ કરાઈ અને તેમને મજીકના ઝંખવાવ આરોગ્ય કેન્દ્ર ખાતે લઈ જવામાં આવ્યું. ગંભીર ઈજા હોવાથી તેમને સુરત લઈ જવા જણાવવામાં આવ્યું. પિતા શ્યામસીંગભાઈ અને કાકા રમેશભાઈ તેમને ન્યુ સિવિલ હૉસ્પિટલ સુરત લઈ આવ્યા. ડૉક્ટરોએ ઈમરજન્સીમાં સારવાર શરૂ કરી, શંકરભાઈ ભાનમાં ન હતા. પરિસ્થિતી એકદમ નાજુક હતી આખી રાત પ્રયાસો ચાલુ હતા. દિવાળીના દિવસે શ્યામસિંગ ભાઈના પરિવારનો એક માત્ર દીવો અકસ્માતે મૃત્યુ સાથે ઝઝુમી રહ્યો હતો. તમામ પ્રયાસો અને રીપોર્ટ બાદ ખબર પડી કે શંકરભાઈ બ્રેનડેડ પામ્યા છે. ડૉક્ટરોએ પિરવારને બોલાવી દુ:ખદ વાર્તા જણાવી. શ્યામસિંગ ભાઈ અને પરિવાર દિવાળીના દિવસે આ સમાચાર સાંભળી ભાંગી પડ્યા હતાં. પણ હવે શું થઈ શકે એમ હતું ? ડૉક્ટરોએ અંગદાન કરી શકાય તેવો માર્ગ સુચવ્યો. શ્યામસિંગભાઈએ ભત્રીજા મંગળભાઈને આ સુચન વિશે વાત કરી. મંગળભાઈ હૉસ્પિટલ પહોંચી જ રહ્યાં હતાં. ત્યા રસ્તામાં તેમને શંકરના બ્રેનડેડ થવાની વાત ખબર પડી. શ્યામસિંગ ભાઈએ મંગળભાઈને ફોન કર્યો. કાકાએ કહ્યું કે ડૉક્ટરોએ હવે અંગદાન કરી શકાય તેવું પુછ્યું છે. શું કરીએ? મંગળભાઈ આ નિર્ણય વિશે વાત કરતા કહ્યું હતુ કે, "કાકાએ શંકરના બ્રેનડેડ થયા બાદ તેમના અંગદાન વિશે વાત કરી. મને થયું કે હવે અમારો શંકર તો પાછો આવવાનો નથી. જો તેના અંગદાનથી કોઈને જીવન મળતું હોય તો અંગદાન કરવું જોઈએ" એટલે અંગદાન કરવા મારી સહમતી દર્શાવી.

શ્યામસિંગ ભાઈ રમેશભાઈ અને પરિવારના સભ્યોએ અંગદાનની સહમતી આપી. રિપોર્ટ અને ટેસ્ટ શરૂ થયા. દિવાળીના પ્રકાશના પર્વ પર દીપ થી દીપ પ્રગટાવવાનો હતો. અંગદાન કરી સ્વસ્થ અંગોનુ દાન કરવામાં આવતુ હોય છે. એટલે સ્વસ્થ અંગો જ દાન થતા હોય છે. કોઈક કારણાસર સ્વસ્થ અંગો ના હોય કે તેને અકસ્માત કે કુદરતી રીતે કોઈ નુકસાન થયું હોય તો તે અંગો પ્રત્યારોપીત કરી શકાતા નથી. શંકરભાઈના અંગોના સ્વસ્થ્યની કારણે અંગો લઈ શકાયા નહીં. પણ પરિવારે અંગદાન કર્યુ હતું. તેમણે અંગદાનની સહમતી આપી હતી એટલે તેમણે અંગદાન કર્યુ હતું એમ જ કહેવામાત્ર મેડીકલ કારણોસર તે અંગો લઈ શકાયા ન હતાં. સ્નેહીના મૃત્યુ સમયે અંગદાન કરવાનો નિર્ણય લઈ કોઈને નવું જીવન આપવાની ભાવનાથી સહમતી આપવી એ જ સાચા અર્થમાં અંગદાન છે. ભલે પછી મેડીકલ કારણોસર અંગો મેળવી પ્રત્યારોપીત ન કરી શકાયા હોય. પણ અંગદાન કરવાનો નિર્ણય જ નવું જીવન આપવાનો નિર્ણય છે. આ નિર્ણય અને આ ભાવ સમાજને અંગદાન માટે પ્રેરક છે.

શંકરભાઈના અંગ મેડીકલ કારણોસર પ્રત્યારોપીત ના કરી શકાયા હોય પણ તેમ છતા અંગદાન કરવાની સહમતી અને તેમના પરિવારનો સ્નેહીના મૃત્યુ સમયે આ નિર્ણય લેવો એ જ અંગદાન છે.

શંકરભાઈના પિતરાઈ ભાઈ મંગળભાઈ એ તે પ્રસંગે વાત કરતા કહ્યું હતું કે, "દુર્ભાગ્યે આવી પરિસ્થિતી કોઈની પર આવે તો આપણે અંગદાન કરવું જ જોઈએ. આપણો માણસ તો રહ્યો નથી પણ કોઈના પરિવારનો માણસ બચી જતો હોય તો અંગદાન કરવું જોઈએ."

અમારા સંબંધી કે ગામમાં આવું કંઈક થાય તો અમે અંગદાન માટે તેમને જરૂર સુચન કરીશું. કોઈને નવું જીવન તો મળે...

*****

૯ સ્વ. દિપક સંતોશભાઈ ચૌધરી

પરિવારમાં કોઈનું હદય બંધ થઈ જશે અથવા તેમા ખામી છે. અને ડૉક્ટર કહે કે, નવું હદય જોઈએ. તેના ધબકારા ગમે ત્યારે બંધ થઈ શકે છે. તો નવું હદય ક્યા મળે? કોણ હદય આપે છે? કોણ જીવન આપે છે? હદય ક્યાથી મળશે? હદય ક્યાંય મળતુ નથી, હદય મળે છે એક માનવના બીજા માનવને અંગદાન કરવાના નિર્ણયથી. હદય મળે છે આપણા જેવા જ પરિવારના સભ્યોના અંગદાનની સહમતીથી. હદય અને તેના ધબકારા મળે છે આપણા સમાજના અંગદાનના નિર્ણયથી.

દિપક સંતોશભાઈ ચૌધરી, ઉમર ૪૬ વર્ષ, સુરતની કપડા માર્કેટમાં સાડી ફોલ્ડીંગનું કામ કરતા. બે પુત્રો અને પત્ની પ્રભાવતીબહેન શહેરના પાંડેસરા વિસ્તારમાં ભાડેથી રહેતા હતાં. પ્રભાવતી બહેન પણ કામ કરતા. પ્રસંગ ઉદભવે તો આ પરિવાર સમાજને શું આપી શકે? દીપકભાઈના બ્રેનડેડ થયા બાદ તેમની પત્ની અને પરિવારે અંગદાન કરી દીપકભાઈનું હદય દાન કર્યુ છે. ૨ કીડની દાન કરી અને ત્રણ લોકોને મૃત્યુના મુખથી પાછા ખેંચી નવું જીવન ધબકતું થયું. નવું હદય ક્યાં મળે? અંગોની પ્રતિક્ષા કરતો પરિવાર બધી જ સંભાવનાઓ અને આશાઓથી હારી ગયો હશે. ત્યારે અંગદાતા પરિવારના સ્નેહીનુ મૃત્યુ થયું છે અને હજુ તો ડૉક્ટરોએ

તેની પરિવારને જાણ કરી છે. હજી તો દુ:ખનો પહાડ તુટ્યો છે. હજી તો પરિવારનો આધાર સ્તંભ એક રહ્યો નથી. આવી પળે ડૉક્ટર જણાવે કે, અંગદાન કરવાથી કોઈને નવું જીવન મળવાનું છે. એટલે પરિવારે અંગદાન કરવાનો ત્વરિત નિર્ણય લીધો. આ સામાન્ય પરિવારનો અકલ્પિત નિર્ણય સમાજને ઘણુ બધુ કહી જાય છે. આભ જેવુ વિશાલ હ્રદય અને શિખરોથી વધું ઉચાઈ અને નદીથી વધારે ભીનાશ માનવતામાં રહેલી છે. અગદાન થકી માત્ર કોઈ એક વ્યક્તિને જીવન મળતું નથી પણ તે આખા પરિવારને સજીવન કરતું હોય છે. સ્વ. દીપકભાઈ ચૌધરીના પરિવારે અંગદાન કરી અંગોની પ્રતિક્ષા કરતા કોઈના વ્હાલસોયાને નવુ જીવન આપવાની સાથોસાથ આખા પરિવારને સજીવન આપ્યું છે.

સ્વ. દીપકભાઈ ચૌધરી મૂળ મહારાષ્ટ્રના યેરંડોલ ગામના રહેવાસી, બાર તેર વર્ષથી તેઓ પત્ની પ્રભાવતી અને બે પુત્રો ઓમ અને પ્રેમ સાથે સુરતમાં રહેતા હતાં. ગામમાં તેમની માતા અને નાના ભાઈ શશિકાંતભાઈ રહેતા હતાં. ઓમ ધોરણ ૧૦ માં અને પ્રેમ ૭ માં ધોરણમાં ભણે છે. સુરત જેવા આવડા મોટા શહેરમાં શહેરના એક ખુણે ભાડાના મકાનમાં પરિવાર રહેતો હતો. પતિ- પત્ની બંને કામ કરતા અને આનંદથી રહેતા હતાં.

એપ્રીલ ૨૦૨૩ની વાત છે, દીપકભાઈના નાના ભાઈ શશિકાંતભાઈની તબિયત ખરાબ થઈ એટલે મોટા ભાઈ તેને જોવા મહારાષ્ટ્ર જલગાંવ ખાતે ગયા હતાં. ભાઈની તબિયત સારી થાય ત્યાં સુધી ત્યાં જ રોકાયા, ભાઈ સાજો થયો એટલે તેને લઈ યેરંડોલ ઘરે પાછા ફર્યા.

હવે ફરી સુરત જવાનું હતું. શશિકાંતભાઈ સાજા થઈ ગયા હતાં, ઘરના આંગણે બેઠાં હતાં સામે દીપકભાઈ વાત કરી રહ્યાં હતાં ત્યાં તો એકા એક ચક્કર આવતા સંપુર્ણ અનિયંત્રીત અવસ્થામાં તેમનું શરીર સિમેન્ટના બ્લોકના ઓટલા પર પટકાયુ. અને તેઓ બેભાન થઈ ગયા. ભાઈ તરત ઉઠીને નજીકના દવાખનામાં લઈ ગયા. શું થયું હતું? કોઈને ખબર ન હતી. દીપકભાઈને પણ ખબર પડી ન હતી.

દવાખાનામાં તેઓ પાછા સામાન્ય થઈ ગયા. મને કઈ નથી થયું હું સાજો છું એમ કહી તેઓ ઘરે પાછા ફર્યા. આખી રાત ઊંઘ્યા પણ માથા પર પડવાથી અંદરના ભાગે ગંભીર ઈજા થઈ હતી. સવારના ૪ વાગ્યાની આસપાસ તેમને ઉલ્ટી થવા લાગી અને નાકમાંથી લોહી વહેવા લાગ્યુ. પરિસ્થિતીની ગંભીરતા સમજી તેમને જલગાંવની સુધા હૉસ્પિટલમાં લઈ જવામાં આવ્યા. ડૉક્ટર દ્વારા પરિવાર સાથે સારવારની વાત થતા અંતે સુરત લઈ જવાનો નિર્ણય થયો અને બીજી મે ના રોજ વહેલી સવારે તેમને ન્યુ સિવિલ હૉસ્પિટલ ખાતે એડમીટ કરવામાં આવ્યા. ડૉક્ટરો દ્વારા તાત્કાલિક સારવાર શરૂ કરવામાં આવી. દીપકભાઈની સ્થિતી વિશે પરિવારને ખ્યાલ હતો. ડૉક્ટરો પ્રયત્ન કરી રહ્યાં હતાં. એક દિવસ આથમ્યો હતો ત્રીજી મે ના રોજ તમામ પ્રયત્નો પછી રિપોર્ટ બાદ ખબર પડી કે દીપકભાઈનું બ્રેનડેડ થયું હતું. ડૉક્ટરોએ નાના ભાઈ શશિકાંતને બોલાવી જાણ કરી અને અંગદાનનો ખ્યાલ આપ્યો. પ્રભાવતીબેન ઘરકામ કરતા અને બાળકોની સંભાળ કરતા. ઘરનો એકનો એક આધાર જતો રહ્યો હતો. તેઓ અંદરથી ભાંગી પડ્યા હતાં. તેમ છતા શશિકાંત ભાઈએ ભાભીને અંગદાન વિશે વાત કરી, પ્રભાવતીબહેને આ પ્રસંગે વાત કરતા કહ્યું હતું કે, "હું ત્યારે અંદરથી ટુટી ગઈ હતી. તેમના મૃત્યુના સામાચાર મારી માટે આધાતજનક હતા." મારા દેવર શશિકાંતે મને અંગદાન વિશે પુછ્યું ત્યારે મે તેને કહ્યું કે "તમે જેમ કહો એમ કરીએ. મારો પતિ રહ્યો ન હતો. મારો અને બાળકોનો આધાર છીનવાઈ ગયો હતો. જો અંગદાનથી કોઈ પરિવાર બચી જતો હોય તો અંગદાન કરીએ એવું મે વિચાર્યુ અને અંગદાન માટે મારી સહમતી આપી."

દીપકભાઈના હ્દય અને કિડનીના દાનથી ત્રણ લોકોને નવું જીવન મળ્યું અને ત્રણ પરિવાર ટુટી જતાં બચી ગયા. પ્રભાવતીબહેન, શશિકાંતભાઈ અને દીપકભાઈના પરિવારે સમાજ સામે ઉદાહરણ ઉભૂ કર્યુ છે. આજે ત્રણ પરિવારો ખુશ છે. તેમનું આ દાન અમુલ્ય છે. અંગદાતા દીપકભાઈ ચૌધરી અને તેમના પરિવારને કોટી કોટી વંદન...

*****

૧૦   સ્વ. સંતોષ શેષબાબુ જયસ્વાલ

શું આપણા બન્ને હાથ વગર આપણે જીવનની કલ્પના કરી શકીએ ? જીવનની આકાંક્ષાઓથી માંડી, મહેનત અને સફળતા, પરિવાર સાથેના પ્રસંગો તમામ આંકાક્ષાઓનો આધાર આપણા બન્ને હાથ છે. આપણા હાથ ના હોય, તો કરુણ હલબલતા, અસાહયતા મનના ખુણે ખુણાને નિરાશાથી વ્યાપી જાય. અસહાય હોવું અગ્નિ કરતાંય પ્રચંડ દાહક અને પિડાદાયક લાગવા લાગે. કદાય આપણે કલ્પના પણ ના કરી શકીએ. અને આવી સ્થિતીમાં મનોબળને મજબુત કરવાના શુન્ય મનસ્થિતીથી જીવનની શરૂઆત કરવી પડી એ પણ હાથ વગર.

હાથ ક્યાંય મળતા નથી. પણ હાથ જેણે ગુમાવ્યા હોય તેને હાથ મળી જાય તો તેના મનના ભાવ આપણે વ્યક્ત કરી શકતા નથી અને તેના પરિવારના મુખ પર જે દીર્ઘ સંતુષ્ટી વ્યાપે તે લખી શકાય નહી.

સંતોષકુમાર શેષબાબુ જયસ્વાલ મહેનતી હતા. વધુ શિક્ષણ ન હતુ પણ સાયકલ રિપેરીંગના નિપૂણ કારીગર હતા. સાયકલની દુકાન પર કામ કરતા.

પરિવારમાં પિતાના મૃત્યુ બાદ મહેનત કરી ૭ ભાઈઓ અને બહેનોને તેમણે સંભાળ્યા, પરણાવ્યા, માતાનુ ધ્યાન રાખ્યુ. સંતોષકુમારના આ જ મહેનતું હાથ તેમના મૃત્યુ બાદ પણ કોઈના જીવનને આત્મનિર્ભર બનાવશે એ કોને ખબર હતી. અને જેમને આ હાથ મળ્યા હશે તેમને માત્ર હાથ નથી મળ્યા પણ તેમને મળી છે આત્મનિર્ભરતા, આકાંક્ષાઓ પુરી કરવાની હિંમત, નવા સપના, નવું જીવન.

૪૩ ઉમરના સંતોષકુમાર શેષબાબુ જયસ્વાલ, પત્નિ નિલમદેવી અને પુત્ર શિવમ તથા ભાવેશ અને પુત્રી ખુશી સાથે શાંતાનગર બમરોલી, સુરત ખાતે રહેતા હતાં અને સાયકલની દુકામ પર કામ કરતા હતાં. દાઢીના ભાગે તેમને ફોલ્લી થઈ હતી. લાંબા ગાળે દવાઓ કર્યા છતાં વધતી રહી એટલે સ્મિમેર હૉસ્પિટલ સુરતમાં તેમની સારવાર કરવામાં આવી. ત્યા તપાસમાં ખબર પડી કે તેમના મગજમાં ગાંઠ થઈ છે. એટલે પરિવારે સુરતની પ્રાઈવેટ હૉસ્પિટલમાં ગાંઠનું ગંભીર ઓપરેશન કરાવ્યું અને ઓપરેશન બાદ તેમને ૪ મે ૨૦૨૩ ના રોજ ન્યુ સિવિલ હૉસ્પિટલમાં એડમીટ કર્યા. ઓપરેશન બાદ તેમની તબિયત ખરાબ થઈ રહી હતી તેમને અંતે આઈ. સી. યુ. માં એડમીટ કરવામાં આવ્યા. તમામ પ્રયત્નો બાદ અને ટેસ્ટ કરાયા બાદ ૭ મે ના રોજ ખબર પડી કે સંતોષભાઈ બ્રેનડેડ પામ્યા હતાં. સંતોષભાઈ લાંબા સમયથી બીમાર હતા.

બ્રનેડેડ થયા બાદ ડૉક્ટરોએ પરિવારના ભાઈઓને બોલાવી તેમના બ્રેનડેડ વિશે ખ્યાલ આપ્યો અને અંગદાનનો વિકલ્પ સુચવ્યો જેનાથી કોઈને નવું જીવન મળવું શક્ય થવાનું હતું. કાઉન્સેલીંગ કર્યા બાદ કોઈને નવું જીવન મળે તે હેતુથી આ ઉદાર પરિવારે પોતાના સ્નેહી સંતોષભાઈના લિવર, ૨ કીડની અને બન્ને હાથોનું અંગદાન કરવાની અનુમતિ આપી. સંતોષભાઈએ જીવન ભર મહેનત કરી હતી અને ૮ ભાઈ બહેનોને સંભાળ્યા હતાં. તેમના હાથ તેમના મૃત્યુ પછી પણ કોઈના જીવનને ફરી જીવંત કરવાના હતાં.

તેમના અંગદાન બાદ 3 લોકોને નવું જીવન તો મળ્યું પણ જેમને હાથ મળ્યા. તેમના મૃત પામેલા મન, આશા, આકાંક્ષા, સપનાઓને પણ નવું જીવન મળ્યું છે. જેમને હાથ મળ્યા તેમના મનમાં કૃતજ્ઞતાનો ભાવ પણ ક્યાંક ઊંડે રોપાયો હશે. હાથ ક્યાંય મળતા નથી પરંતુ સંતોષભાઈ જયસ્વાલ સમાજને જતાં જતાં એક મોટો સંદેશ આપી ગયા કે, માર્કેટમાં ના હાથ મળે છે કે નવું જીવન મળે છે પણ એ આપણા આ સમાજમાંથી જ મળે છે. જરૂર છે માત્ર અંગદાન જાગૃતિની સંતોષભાઈ અને તેમના પરિવારના માટે એક દીર્ઘ કૃતજ્ઞતા વ્યાપી જાય છે. આ પરિવારને કોટી કોટી વંદન.

*****

૧૧   સ્વ. રમેશ ગીરીજાશંકર વર્મા

માનવ જીવન અમૂલ્ય છે. આપણુ જગત ભાવનાઓની અનેકો છટાઓથી વ્યાપ્ત છે. કેટલાય રંગો અને ભાવતરંગોથી આપણે આચ્છાદીત છીએ. પણ જ્યારે મૃત્યુ નજીક આવે ત્યારે જીવનનો કેનવૉસ માત્ર કાળા રંગથી, તરંગ રહીત બની જાય છે. શું આવા રંગહીન, તરંગહીન જીવનમાં નવા જીવનની આશા કોઈ ભરતું હશે ? કોણ છે આવા લોકો જે કોઈને અંગદાન થકી નવજીવન આપતા હોય. ક્યાંના છે આ લોકો ? ક્યાંથી આવે છે?

એક લિવર અને ૨ કીડનીનું દાન કરી અંગોની પ્રતિક્ષામાં જીવનની આશા હારી ગયેલા કોઈ પરિવારના સ્નેહીને નવજીવન આપનાર રમેશભાઈ આપણામાંથી જ એક હતા.

૪૭ વર્ષીય સ્વ. રમેશ ગીરીજાશંકર વર્મા ૨૩ મી ઓક્ટોબરના રોજ સાંજે શાકભાજી લેવા માર્કેટ ગયા હતાં. પીપોદ્રા હાઈવે પાસે તેઓ રહેતા અને ત્યાંજ ધાગાની મિલમાં કામ કરતા. શાકભાજી લઈ તેઓ ઘરે પાછા ફરી રહ્યાં હતાં ત્યારે હાઈવે ક્રોસ કરતી વખતે ઝડપતી આવતી કારની તેમને ટક્કર લાગી. જેથી તેમને માથાના ભાગે ઈજા પહોંચી હતી. પરિવાર તેમનું ગામ હજૌલી, બલીયા, ઉત્તરપ્રદેશમાં રહેતો હતો. અહિં તેઓ મિત્રો સાથે કામ કરતા અને રહેતા હતાં.

સુરતમાં જ બીજા સંબંધીઓ પણ હતા એટલે આસપાસના લોકોએ તેમને જાણ કરી અને તેમને ન્યુ સિવિલ હૉસ્પિટલમાં દાખલ કરાયા.

૧૫ વર્ષથી તેઓ સુરતમાં રહેતા હતાં. પરિવારમાં પત્નિ વિદાવતી દેવી, બે દીકરા વિશાલ અને આકાશ તેમજ દીકરી સલોની અને ઈશા માતા સાથે રહેતી. સ્વ. રમેશભાઈ સુરતમાં કામ કરતા અને તહેવાર પ્રસંગે સમય મળે ત્યારે પરિવારને મળવા જતાં ઘણી વખતે પરિવાર પણ સુરત આવતો.

હૉસ્પિટલમાં એડમીટ કર્યા બાદ તેમની સારવાર શરૂ કરવામાં આવી. અઠવાડીયા સુધી ડૉક્ટર્સ દ્વારા પ્રયત્નો કરવામાં આવ્યા પણ તેમની હાલતમાં સુધાર ન હતો. માથામાં થતી ઈજા ગંભીર અને જીવલેણ સાબીત થતી હોય છે. સતત ઈલાજ અને આઈ.સી.યુમાં એડમીટ કર્યા બાદ પણ કોઈ ફરક ન હતો. ૩૧ તારીખના રોજ અંતે રિપોર્ટ કરાવ્યા બાદ બ્રેનડેડ થયા હોવાનું ખબર પડી હતી.

ડૉક્ટરોએ પરિવારના સદસ્ય અને સંબંધીઓ વિદાવતીદેવી, વિરેન્દ્ર વર્મા, અંકીત વર્મા, રાહુલ વર્મા અજીત વર્મા સૌને આ દુ:ખદ વાત જણાવી. પ્રસંગ અત્યંત દુ:ખદ હતો અને આવા સમયે જ અંગદાનની વાત કરવાની હતી. ડૉક્ટરોએ પરિવારને અંગદાનના પર્યાયની વાત કરી અને અંગદાનથી અંગોની પ્રતિક્ષામાં મૃત્યુ નજીક જતાં કોઈના પરિવારના સભ્યને આપ બચાવી શકો છો. તે વાત સમજાવી. પરિવારે વિચાર કર્યા બાદ ડૉક્ટરોને અંગદાનની સહમતી આપી અને સ્વ. રમેશભાઈના લિવર અને ૨ કીડનીના દાનથી મૃત્યુની પ્રતિક્ષા સમાપ્ત કરી.

મૃત્યુની પ્રતિક્ષામાં પળપળ મરતા આવા લોકોને રમેશભાઈ અને તેમના પરિવાર જેવા આપણા જેવા જ આપણા આસપાસની સમાજમાંથી આવતા લોકોના અંગદાનના નિર્ણયથી નવું જીવન મળતુ હોય છે. માનવ જ માનવને અંગદાનથી નવું જીવન આપી શકે છે.

*****

૧૨   મરહુમ સદ્દામ ખમીશા પઠાણ

અંકલેશ્વરના ૨૭ વર્ષના સદ્દામ ખમીશા પઠાણના મામા યુસુફ સોહરાબ સિંધીજી સાથે વાત કરતા તેમણે કહ્યું કે, "જનારી વ્યક્તિ જતી રહી, હવે તેને માટીમાં દફનાવી જ દેવાના છે. જો તેના અંગોનું દાન કરી કોઈને નવું જીવન મળવાનું હોય તો અંગદાન કરવું જોઈએ." કોઈપણ ધર્મ કોઈનો જીવ બચાવવા ના નથી કહેતો. સદ્દામભાઈનો એક વખત અકસ્માત થયેલો ત્યારે જ તેમણે પરિવારને કહેલુ કે "જો મને ભવિષ્યમાં કંઈ થઈ જાય તો મારુ અંગદાન કરજો."

અંકલેશ્વરના કોસમડી ગામમાં સદ્દામભાઈ ખમીશા પઠાણ તેમની માતા ખાતુનબેન નાનો ભાઈ યાસીન અને રુબીના બેન સાથે રહેતા હતાં. પિતા ખમીશા ઉમ્મેદઅલી પઠાણના ગુજરી ગયા બાદ પરિવારની જવાબદારી ઘરના મોટા દીકરા સદ્દામભાઈ પર હતી. સદ્દામભાઈ કાર ડ્રાઈવિંગ કરી ઘર ચલાવતા અને પરિવારમાં તેમજ ગામમાં પણ સૌને મદદરુપ થતા હતાં. કોરોના મહામારી વખતે પણ ગામના મિત્રો સાથે મળી તેમણે જરૂરતમંદ લોકોની સેવા કરી હતી. ભોજન વિતરણ, દવા,

આવવા-જવા વાહન વ્યવસ્થા જેવી સેવાના કામો તેમણે કર્યા હતાં. પરિવારની જવાબદારીની સાથો સાથ ગામમાં પણ તેઓ સૌને મદદરૂપ થતા.

એક દિવસે તેઓ ગાડી પર મિત્રોને મળવા ગયા હતાં ત્યારે સાત્રે ૧૦:૩૦ વાગ્યાની આસપાસ ઘરે પાછા ફરી રહ્યાં હતાં ત્યારે સામેથી આવતી સ્વિફ્ટ ગાડીની ટક્કર લાગતા તેમનો અકસ્માત સર્જાયો હતો. અકસ્માત એટલો ઘાતક હતો કે તેમણે કહ્યું એમ ગાડીના ટુકડા થઈ ગયા હતાં. ઘરથી માત્ર ૨ કીમી ના અંતરે આ દુર્ઘટના બની હતી. ગામમાં સૌની સાથે પ્રેમભાવ અને બધાજ લોકો ઓળખતા હોવાથી આસપાસના લોકોએ પરિવારને જાણ કરી અને ૧૦૮ એમ્બ્યુલન્સ બોલાવી તેમને નજીકની જયાબેન મોદી હૉસ્પીટલમાં દાખલ કરવામાં આવ્યા. મામાને ખબર પડતા તરત મામા, તેમના ભાઈ અને પરિવારના સભ્યો ત્યા પહોંચી ગયા. ડૉક્ટરોએ સારવાર કરવાની શરૂઆત કરી આશરે ૨૪ કલાક સામાન્ય સ્થિતી થાય તે માટે ડૉક્ટરોના પ્રયત્ન શરૂ હતાં. અંતે વધુ ઉપચાર માટે તેમને ન્યુ સિવિલ હૉસ્પિટલ સુરત ખાતે એડમીટ કરવામાં આવ્યા. ગંભીર અકસ્માતને કારણે તેને માથાના ભાગે જીવલેણ ઈજા થઈ હતી. આઈ.સી.યુ. માં એડમીટ કર્યા બાદ, સીટી સ્કેન, જુદા જુદા રિપોર્ટ અને સારવાર ચાલુ હતી. બીજા દિવસે તેમના રિપોર્ટમાં ખબર પડી કે તેઓ બ્રેનડેડ થયા છે.

પરિવારનો મોટો દીકરો અને પરિવારનો આધાર ગુજરી ગયો હતો. મામાએ પરિવારને ધીરજ આપી. પરિવારને અંગદાન વિશે ખ્યાલ હતો. એટલે તેમણે ડૉક્ટર્સને અંગદાન વિશે સામેથી પુછ્યું અને અંગદાનની સહમતી આપી. સદ્દામભાઈ પઠાણના અંગદાનથી ત્રણ લોકોને લિવર, કીડની અને પેન્ક્રીયા પ્રત્યારોપણ થકી નવું જીવન મળ્યું. ૨૭ વર્ષના જીવનમાં સદ્દામભાઈ પરિવારની જવાબદારી સાથો સાથ ગામનો જરૂરતમંદ લોકોને હંમેશા મદદ કરતા રહ્યાં અને અંતે પણ જતાં જતાં તેઓ ત્રણ લોકોને નવું જીવન આપી ગયા. સદ્દામભાઈ પઠાણના મામા યુસુફભાઈ સિંધીએ આ પ્રસંગે વાત કરતા કહ્યું કે, "સિવિલે અમારા

દીકરાનો ઈલાજ કરતા પહેલા અમને ધર્મ ન હતો પૂછ્યો. તેમને માનવ માત્રની સેવા કરી અને અમારા સદ્દામના અંગદાનથી કોઈને નવજીવન મળવાનું હતું એટલે અમે અંગદાન કર્યુ. જનારો વ્યક્તિ જતો રહે. આપણે સમય સાથે દુ:ખ ભુલી જવાના,પણ જેને અંગદાન થકી નવું જીવન મળ્યું છે એ આજીવન યાદ રાખશે."

સદ્દામભાઈના અંગદાન કર્યા બાદ તેમને મળેલા પ્રતિભાવ વિશે જણાવતા તેમણે કહ્યું કે, "સમાજનો સારો સપોર્ટ મળ્યો. સિવિલ હૉસ્પિટલ સુરત ખાતે પણ અમારા સદ્દામની યાદમાં પરિવારને સન્માનીત કરવામાં આવ્યા હતાં." સમાજને સંદેશ આપતા તેમણે કહ્યું કે, "કોઈને સારા કામમાં રોકવા કરતા આપણે તેને સપોર્ટ કરવો જોઈએ." અંગદાન કરી ત્રણ લોકોને નવું જીવન આપી સદ્દામભાઈ અમર થઈ ગયા અને તેમને અને તેમના પરિવારને કોટી કોટી વંદન. તેમનું જીવન હંમેશા સમાજને પ્રેરણા આપતુ રહેશે.

*****

૧૩   સ્વ. અનિલ અશોક ખંડારે

અંગદાન જેવું મહાદાન કરવા આકાશ જેવું વિશાળ હૃદય જોઈએ. અને આવા વિશાળ હૃદયના માનવી એટલે સ્વ. અનિલભાઈ ખંડારેના પિતા અશોકભાઈ ખંડારે અને તેમનો પરિવાર છે. અશોકભાઈ ખંડારેનું ઘર શોધતો શોધતો હું સુરત ભટારમાં આવેલા આઝાદનગરના તડકેશ્વરનગરની નાની ગલીઓમાં એક ખુણામાં આવેલા નાનાકડા મકાનમાં પ્રવેશ્યો. ૬૫ વર્ષની આસપાસની ઉંમર, અશોકભાઈ દીવાલને સહારો લઈ સામે જ બેઠાં હતાં. અને તેની સામેની દીવાલ પર કસાયેલા શરીરનો આત્મવિશ્વાસથી ભરપુર એક સ્માર્ટ દેખાતા જુવાનનો ફોટો ટીંગાયેલો હતો. ચહેરા પર મહેનત કરી જીવન જીવી લેવાનો આત્મવિશ્વાસ કોઈ પણ વાંચી શકે તેવા ભાવ હતા. જુવાન દીકરો ગુજરી જવાનું દુઃખ પ્રચંડ હોય છે અને તેના મૃત્યુ પછી તેના અંગોનુ દાન કરવાનો નિર્ણય લેવાની મહત્તા અવ્યક્ત છે.

જીવનભર શ્રમ અને મહેનત કર્યા પછી એકનો એક દીકરો જુવાન થયા પછી થાકી ગયેલા માતા પિતાનો વિસામો હતો. મહારાષ્ટ્રના બુલઢાણા જિલ્લાના મહેકરના લોણી ગામના અશોકભાઈ અને તેમની પત્ની સંગીતાબેન રોજગાર માટે

સુરત આવ્યા હતાં. આખુ જીવન કન્સ્ટ્રકશન સાઈટ પર મજુરી કર્યું હતું. પરિવારમાં અનિલભાઈના માતા પિતા અને તેમની પત્ની દિપાલી તેમજ તેમના ૨ પુત્ર, ૧ પુત્રી હતા. ૨૦૧૩માં અનિલભાઈના લગ્ન થયા હતાં. અનિલભાઈ આત્મવિશ્વાસથી ભરેલો જુવાન માણસ અને આત્મસન્માનથી મહેનત કરી પાલક બાંધવાનું કામ કરતા અને પરિવાર સાથે આનંદથી રહેતા હતાં. ૨ જી ડીસેમ્બરે કામ પરથી આવીને માતા સાથે ચ્હા પીધી અને શાકભાજી લેવા બજાર ગયા. ત્યાંથી પાછી ફર્યા અને દરવાજામાં ઉભા થતા જ તેમના માથામાં તીવ્ર દુખાવો થવા લાગ્યો. તેમના મામા વસંતભાઈ જાણકાર વ્યક્તિ હતા. એટલે તરત તેમને નજીકના દવાખાનામાં લઈ જવામાં આવ્યા. ત્યાંથી ઘરે પાછા આવ્યા અને અનિલભાઈ સુઈ ગયા. પરિવારને લાગ્યુ કે સવાર સુધી સારું થઈ જશે. પણ રાત્રે ૧૨ વાગે અનિલભાઈ મોટેથી અવાજ કરવા લાગ્યા એટલે તત્કાલ તેમને ન્યુ સિવિલ હૉસ્પિટલ સુરત ખાતે લઈ જવામાં આવ્યા. સિવિલમાં એડમીટ કર્યા બાદ અનિલભાઈને સ્ટેબલ કરવા ડોક્ટરોએ સારવાર શરૂ કરી. આઈ.સી.યુ.માં એડમીટ કરાયા અને રીપોર્ટ કર્યા બાદ ખબર પડી કે બ્લડ પ્રેશર વધી જવાથી તેમના મગજની નસ ફાટી ગઈ હતી જેના કારણે તેમનું બ્રેનડેડ મૃત્યુ થયું હતું.

આ સમાચારથી પરિવારને આધાત લાગ્યો હતો. પત્ની અને માતાનું કરુણ રુદન અસહાય હતું. અશોકભાઈ ખંડારેનો એકનો એક જુવાન દીકરો ગુજરી ગયો હતો. તેમ છતા ડૉક્ટર દ્વારા અંગદાન કરવાથી કોઈને નવું જીવન મળશે કોઈ બચી શકે છે. એવી માહિતી આપ્યા બાદ, અંદરથી ટુટી ગયેલા હોવા છતા પરીવારે અંગદાન કરવાની સહમતી આપી અને પોતાના જુવાન દીકરાના લિવર અને ૨ કીડનીના અંગોનુ દાન કરી કોઈના વ્હાલસોયાને તેમણે નવું જીવન આપ્યું હતું. અશોકભાઈ પાસે તેમના જુવાન દીકરા સીવાય કંઈજ ન હતું. તેમનો સહારો ગયો હતો પણ બીજા કોઈનો સહારો ન છીનવાઈ જાય એટલા માટે તેમણે અંગદાન કર્યુ હતું.

*****

૧૪   સ્વ. મનોજ કુમાર મોદલ મહતો

આપણો માણસ બ્રેનડેડ થઈ ગયો છે. આપણે તે સ્થળે હાજર નથી. હજારો કિલમીટર દુર છીએ. કેટલાય પ્રશ્નો, ચિંતા અને પોતાના સ્નેહીના મૃત્યુની વાર્તાથી દુખી મહતો પરિવારે મનોજભાઈ મહતોના બ્રેનડેડ થયા બાદ અંગદાન કરવાથી જો કોઈને નવું જીવન મળતું હોય તો અંગદાન કરીએ એવું વિચારી ગામથી જ તેમના પત્ની અને સસરા અને પરિવારના સભ્યોએ અંગદાન માટેની સહમતી આપી હતી.

પરિવાર સ્નેહીના મૃત્યુથી દુ:ખમાં સરી પડ્યો હોય અને આપણે હજારો કીલોમીટર દુર હોઈએ ત્યારે આવા પ્રસંગે અંગદાન કરવાનો નિર્ણય વધુ કઠીન થઈ જતો હોય છે. તેમ છતા અંગદાન કરી આપણો માણસ ક્યાંક કોઈમાં અંશત:જીવશે કોઈને નવું જીવન આપશે તે વાસ્તવને સમજી બબીતાજી મહતો અને તેમના પરિવારે અંગદાન કરવાની સહમતી આપી તે સમાજ માટે ખૂબ મોટો સંદેશ છે.

મનોજકુમાર મોદલ મહતોના ૨૦૦૩માં બબીતાબેન સાથે લગ્ન થયા હતાં. તેમને ૧૦ વર્ષનો કનક, ૮ વર્ષનો આદિત્ય અને ૨ વર્ષનો ગોવીંદા નામના ત્રણ નાના

બાળકો હતા. ઘણા વર્ષો પહેલા પિતાજી ગુજરી ગયા હતાં. માતા ગંગાજલી દેવી અમરપુરા ગામ, ગોપાલગંજ, સિદ્ધવાલીયા, બીહારમાં રહેતા. મનોજકુમાર તહેવાર, ઉત્સવ કે રજાના દિવસોમાં ગામે જતાં અને પરિવાર સાથે સમય વિતાવતા. તેમના સાળા ચંદનભાઈ તેમની સાથે સુરતમાં રહેતા હતાં. વર્ષ ૨૦૦૦ની સાલમાં તેઓ સુરત ખાતે રોજગાર માટે આવ્યા હતાં. મનોજ ભાઈ ૧૦ મું ધોરણ ભણયા હતાં. પરિવારની ખૂબ ચિંતા અને કાળજી કરતા. પરિવાર માટે મહેનત કરી એક એક રુપીયા જોડી રાખતા. પોતાના બાળકોને તેમને ભણાવવા હતા. ગામે જતાં એટલે માતા અને પત્ની માટે સાડીઓ, બાળકો માટે નવા કપડા, રમકડા અને સુરતની મિઠાઈઓ લઈ જતાં. વ્યવહારે પણ ચોખ્ખા હતા. તેમના સસરા સાથે વાત કરતા તેમણે કહ્યું હતું કે, "હમારા જમાઈ બહુત જવાબદાર ઈન્સાન થા. પરિવાર કા પુરા ખયાલ રખતે થે. કોઈ ભી ગલત કામ કભી નહીં કીયા થા. જાને કે વક્ત ભી ઉનકે નસીબ મેં અચ્છા કર્મ લીખા થા. તો અંગદાન કર કે કીસીકો જીંદગી દે કર ગયે."

સ્વ. મનોજભાઈ જ્યારે ૧૦ વર્ષ સુધી વેડરોડ, સુરત ખાતે રહ્યાં હતાં. પણ કામ ખાતર તેઓ વર્ષ પહેલા જ ઓલપાડમાં શિફ્ટ થયા હતાં. રોજની જેમ ૧૮ ડીસેમ્બરના દિવસે બપોરે ૧૨ વાગ્યા સુધી તેમણે લુમ્સમાં કામ કર્યુ અને બપોરે ઘરે આવી ગયા હતાં. બપોરનું જમ્યા બાદ તેઓ સુઈ ગયા અને સાંજે ૫ વાગે ચ્હા પીવા માટે બહાર નિકળ્યા હતાં. ચ્હા પીને પાછા ફર્યા ત્યારે ઝડપથી આવતી બાઈક તેમને અથડાઈ હતી અને તેઓ સ્થળ પર જ ઢળી પડ્યા હતાં. તેમને માથાના ભાગે વાગ્યુ હતું. આસપાસના પરિચિત લોકો તેમને તરત ઓલપાડની હૉસ્પિટલમાં લઈ ગયા પરંતુ માથાના ભાગે ઈજા થયેલ હોવાથી તેમને વધુ સારવાર માટે ૮ વાગ્યાની આસપાસ ન્યુ સિવિલ હૉસ્પિટલ સુરત ખાતે ખસેડવામાં આવ્યા. તેમના સાળા ચંદનભાઈ પણ સુરતમાં જ રહેતા હતાં. ચંદનભાઈએ ગામમા રહેતી બહેન બબીતાબેન અને પોતાના પિતાને જાણ કરી હતી. મનોજભાઈને ગંભીર હેડ ઈંજરી થઈ હતી. પત્ની બાળકો બધા ગામ જ હતા. હજારો કીલોમિટર દુર આવતા પણ વાર લાગે પહોંચીએ તો કઈ રીતે? તેમના પત્નિ સાથે આ પ્રસંગે વાત કરતા તેમની

આંખોમાં પાણી આવી જતુ. તેઓ કઈં બોલી જ ના શક્યા. એક દિવસ અવિરત તેમની સારવાર ચાલુ હતી. પણ માથાના ભાગે જીવલેણ ઈજા થયેલ હોવાથી તેમની હાલતમાં કોઈ સુધાર ન હતો. સીટી સ્કેન અને રિપોર્ટ કર્યા બાદ ડૉક્ટરોએ ચંદનભાઈ અને સંબંધીઓને બોલાવી જાણ કરી કે માથામાં ઈજા થવાથી બ્રેનડેડ થયા છે. તેમના સાળા ચંદનભાઈ અને સંબંધીઓ હૉસ્પિટલમાં જ હતા. ગામમાં રહેતી તેમની પત્ની બબીતાબેન મહતોને જાણ કરવામાં આવી. પરિવારનું આટલું ધ્યાન રાખતો ધણી ગુજરી ગયો હતો જોડે પણ ના હતો. ડોક્ટરોએ અંગદાન વિશે ચંદનભાઈને જાણ કરી હતી એટલે ચંદનભાઈએ બબીતાબહેન અને પરિવારને અંગદાન વિશે પુછ્યું હતું ત્યારે બબીતા બેન અને પરિવારે હજારો કિલોમીટર દુર થી જ હવે આપણો માણસ રહ્યો નથી. તેના અંગોથી જો કોઈનો વ્હાલસોયો બચી જતો હોય તો અંગદાન કેમ નહિ કરાય? આવા વિચાર સાથે હજારો કિલોમિટર દુર બીહારમાંથી નિયમો અનુસાર ઓનલાઈન સહમતી આપી હતી અને મનોજભાઈના લિવર અને ૨ કીડનીના દાનથી ૨ લોકોને નવું જીવન મળી શક્યુ હતું. દુર રહી પણ અંતે તો અંતીમવિધીમાં દેહ આ પંચમહાભૂતોમાં વિલીન થઈ ગયું પણ મનોજ ભાઈ મહતો અંગદાન થકી કોઈના શરીરમાં કોઈને જીવડાવી રહ્યાં છે.

*****

૧૫ સ્વ. ભરતભાઈ સત્યનારાયણ ચિટ્યાલ

સુરતથી પ્રથમ વખત આંતરડાંનું અંગદાન થયું હતું. અંગોની પ્રતિક્ષા યાદીમાં લિવર, કીડની અને હૃદય જેવા અંગોની સાથો સાથ આંતરડાંની પણ પ્રતિક્ષા યાદી છે. આંતરડાં જ ન હોય તો જીવવુ કઈ રીતે શક્ય છે ? અને આંતરડાંનું દાન કોણ કરશે? કોણ તેના વ્હાલસોયાના મૃત્યુ પર આંતરડાં દાન કરશે ? દાન કરવાનું કારણ પણ શું છે ? ઘણા લોકો અંગદાન વિશે વહેમથી ઘેરાયેલા હોય છે. પણ અંગદાન કરનાર પરિવાર કોઈપણ વહેમ અને નકારાત્મક વિચારો રાખ્યા વગર, મારા બ્રેનડેડ સ્નેહીના અંગદાનથી કોઈનું જીવન બચશે... બસ આટલા જ વિચારથી પોતાના સ્નેહીનું અંગદાન કરતા હોય છે. અને એટલે જ ક્યારેક કોઈને અંગદાન થયું અને તેના પ્રત્યારોપણથી કોઈને નવું જીવન મળ્યાના સમાચાર આપણે વાચતા હોઈએ છીએ.

ભરતભાઈ ચિટ્યાલના બ્રેનડેડ થયા બાદ તેમના પત્ની અને પરિવારે તેમના આંતરડાં, લિવર અને કીડનીનું દાન કર્યુ. અને ત્રણ લોકોને નવું જીવન આપ્યું છે. જેને આંતરડાં મળ્યા છે. શું એ ક્યારેય વિચારતો હશે કે તેને અંગદાનથી આંતરડાં મળી શકે છે?

સ્વ. ભરતભાઈ ચિટ્ટ્યાલના પત્ની અને તેમના પરિવારે આંતરડાંના અંગદાનના નિર્ણયથી આજે કોઈનું જીવન શક્ય બનાવ્યું છે. કોણ હતા ભરતભાઈ અને તેમના પત્ની અનિતાબહેન?

૧૨ મી એપ્રીલે દીકરી સાનવી ૨ વર્ષની થવાની હતી સાનવી પપ્પાની ખૂબ વ્હાલી હતી. દીકરીના જન્મ દિવસ ઉજવવાનો હતો અને તે જ દીવસે મૂળ તેલંગાણાના સુરત ખાતે રહેતા ભરતભાઈ ચિટ્ટ્યાલનું બ્રેનડેડ પરિવારે અંગદાન કર્યું.

મૂળ તેલંગાણાના અને સુરતના શંકરનગર ગોડાદરામાં રહેતા ૩૨ વર્ષના ભરતભાઈ સત્યનારાયણ ચિટ્ટ્યાલ પિતા અને માતા શકુંતલા તેમજ પત્ની સંગીતાબેન અને સાનવી તેમજ ઉન્નતી આમ બે દીકરીઓ હતી. માર્ચ ૨૦૨૩ ની વાત છે ભરતભાઈને આંખમાં અસ્પષ્ટ દેખાવા લાગ્યું હતું એટલે ૧૮ માર્ચે તેઓ સ્વામી વિવેકાનંદ હૉસ્પિટલ ખાતે ચેકઅપ કરવા ગયા હતાં. જ્યાં એમ.આર.આય. કરતા તેમને ખબર પડી કે ભરતભાઈને માથામાં ગાંઠ થઈ હતી. ગાંઠનું ઓપરેશન કરાવ્યા બાદ તેઓ ઘરે આવી ગયા હતાં સાનવીનો જન્મ દિવસ પણ નજીક આવી રહ્યો હતો. હજુ સુધી બધુ ઠીક ચાલી રહ્યું હતું. માથાની ગાંઠ ભરતભાઈ માટે જીવલેણ સાબીત થશે તેની કોઈને કલ્પના પણ ન હતી. ૯ તારીખના રોજ રાત્રે તેમને ઉલટી થવા લાગી હતી. સવારે તેઓ ઉઠશે પણ તેઓ ઉઠ્યા જ નહીં. રાત્રે ઉંઘમાં જ તેમને પેરેલીસીસ થઈ ગયો હતો એટલે ૧૦ તારીખે પત્ની અનિતા, સાસુ સસરા અને બંને સાળા સુરતની ન્યુ સિવિલ હૉસ્પિટલમાં લઈ આવ્યા હતાં. આઈસીયુમાં ન્યુરો ફિઝીશિયન ડૉ. જય પટેલે સારવાર શરૂ કરી હતી. બે દિવસની સારવાર દરમિયાન તેમના સ્વસ્થ થવાની કોઈ શક્યતા ન હોવાથી તા. ૧૨મીના રોજ તબીબોની ટીમે તેમને બ્રેઈનડેડ જાહેર કર્યા હતાં. ૧૨ તારીખે દીકરીનો જન્મદિવસ હતો. જુવાન ૩૨ વર્ષના દીકરાનું અવસાન થયું હતું. પત્ની અનિતા બહેન અને આખો પરિવાર આક્રાંત કરી રહ્યો હતો.

ડૉ. નિલેશભાઈ કાછડીયાએ પરિવારના બધાં જ સભ્યોને બોલાવી આગળની પ્રક્રિયા વિશે ખ્યાલ આપ્યો. અને અંગદાન કરવાનો પર્યાય સુચવ્યો હતો.

સ્વ. ભરતભાઈના પિતા સત્યનારાયણભાઈ અને પત્ની અનિતાબેન તેમજ પરિવારે જઉરિયાતમંદ પરિવારના બાળકો પિતાની છત્રછાયા ન ગુમાવે એવી ભાવના વ્યક્ત કરીને અંગદાન માટે આગળ વધવા સંમતિ આપી હતી. અને દીકરી સાનવીના જન્મદિવસે ભરતભાઈ તેનો જન્મ દિવસ તો ઉજવી ન શક્યા પણ બીજા ત્રણ લોકોને નવું જીવન આપી અમર થઈ ગયા. તેમના આંતરડાંનું અંગદાન એ સુરત સિવિલમાંથી પ્રથમ અંગદાન હતું. જેના પ્રત્યારોપણથી કોઈના પરિવારના સ્નેહીને નવા આંતરડાં મળ્યા છે. આંતરડાં, હ્રદય, પેન્ક્રીયા અને લંગસ જેવા અંગો કોણ દાન કરે? સ્વ. ભરતભાઈ અને આપણી આસપાસ આપણા જેવા જ સામાન્ય લોકો આવો અસામાન્ય નિર્ણય લઈ કોઈને નવજીવન આપતા હોય છે. આજે તે આંતરડાં મેળવનાર વ્યક્તિને નવું જીવન મળ્યું છે. સ્વ. ભરતભાઈ રહ્યાં નથી પણ આપણને એક મોટો સંદેશ આપી ગયા કે આ શરીરના અંગોનું દાન કરી આપણે કોઈને નવું જીવન આપવાના નિર્ણયથી પાછળ ન ખસવું જોઈએ. અંગદાન મહાદાન છે.

*****

૧૬   સ્વ. લલિતાબેન હનોખભાઈ પવાર

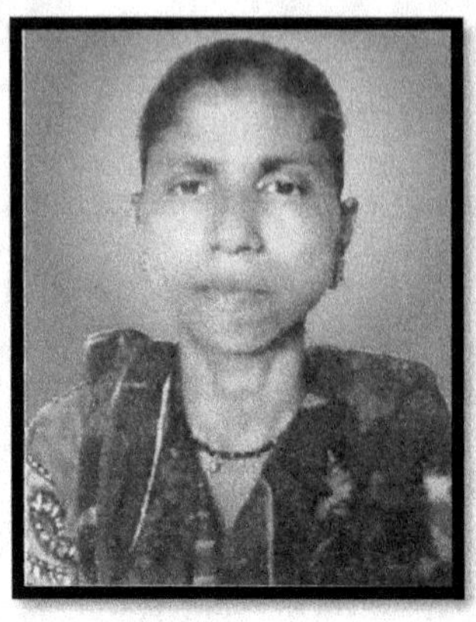

ખેડુત અન્નદાતા તો છે જ પણ તે અંગદાતા પણ બન્યો છે. કુદરતથી મળતી સંપદા કેટલી અમુલ્ય છે એ તેના કરતા વધુ કોણ જાણી શકે. અને તેથી જ આખુ વર્ષ ખેતરમાં પોતાના બાળકની જેમ ઉભો કરેલો પાક તેનુ પોષણ અને સંભાળ અને કુદરતના અમુલ્ય ભેટનું મહત્વ તો ખેડુત જ જાણે અને એટલે જ ઈશ્વરે આપેલા જીવન અને અંગદાનનું મહત્વ પણ તે સારી રીતે સમજે છે. ગુજરાતના દક્ષીણે કુદરતના ખોળામાં વસેલો ડાંગ જિલ્લો. વઘઈ પાસે આવેલા ભેંસકાતરી ગામમાં ઉપલા ફળીયામાં રહેતા હનોકભાઈ પવાર તેમની પત્ની લલીતાબેન પવાર અને પુત્ર રોહન, દીકરી સોપીરા અને સુરીકા તેમજ માતા પિતા સાથે રહેતા હતાં. હનોકભાઈના પિતા અવસુખખાઈ અને પરિવાર ક્યારેક શેરડી તો ક્યારેક ચોખાની ખેતીમાં ખેત મજુરી કરવા જતાં. લલીતા બહેન પણ પરિવારની જેમ ઘર સંભાળવાની સાથો સાથ ખેત મજુરી કરવા જતા. ક્યારેક ચોખાની ખેતી તો ક્યારેક શેરડીના પાકમાં કામ કરી જીવન ગુજરાન કરતા હતાં. ગામનું જીવન શહેરી ઉપકરણોના અભાવમાં જેટલુ મહેનતવાળું એટલુ જ સંતોષ કારક અને પ્રસન્ન પણ હોય છે. હનોકભાઈ પવાર તેમના પરિવાર સાથે આનંદે સંસાર કરી રહ્યાં હતાં.

પરિવારમાં કોઈ વધુ ભણ્યુ ન હતું પણ તેમ છતાં લલીતાબહેન તેમના પુત્રોને ભણાવવા માંગતા હતા. આખા પરિવારને તેઓ સાથે લઈ ચાલતા. તેમના પતિ હનોકભાઈ ખેતરમાં ખૂબ મહેનત કરતા.

૧૬ મી ફેબ્રુઆરીના દિવસે રોજની જેમ હનોકભાઈ અને તેમના પિતા ખેતરમાં મજુરી કરવા માટે ગયા હતાં. એ દિવસે લલિતાબેન માત્ર ઘરે હતા. બાળકો સાથે આખો દિવસ વિતાવવાના હતા. બપોરે જમવાનું બનાવી બાળકોને ઘરે જ રહેવા કહી લલીતાબહેન કોઈક કામ માટે બહાર નિકળ્યા હતાં. ત્યારે સાંજના સમયે કોઈક ગાડી સાથે અકસ્માત થતા તેમના માથાના ભાગે ઈજા થઈ હતી. ગામના લોકો એ તરત ૧૦૮ એમ્બ્યુલન્સ બોલાવી તેમને સારવાર માટે હૉસ્પિટલમાં લઈ ગયા હતાં. બીજી તરફ પરિવાર ખેતરમાંથી મજુરી કરી સાંજે ઘરે આવ્યો ત્યારે હનોકભાઈ અને તેમના પરિવારને લલીતાબેનના અકસ્માત વિશે ખબર પડી હતી એટલે તરત તેઓ પણ માહીતી મેળવી ન્યુ સુરત સિવિલ હૉસ્પિટલ આવવા રવાના થયા હતાં. લલીતાબેનને સુરત સિવિલમાં એડમીટ કર્યા બાદ ડૉક્ટરોએ તેમની સારવાર શરૂ કરી દીધી, તેમના સ્વાસ્થ્યને સ્થિર રાખવા ડૉક્ટરો દ્વારા ખૂબ પ્રયત્ન કરવામાં આવ્યો અઠવાડીયાથી વધુ લલિતાબેન મૃત્યુ સામે લડ્યા પરંતુ અંતે માથાને ઈજા પહોંચી હોવાથી તેઓ બ્રેનડેડ થઈ ગયા હતાં.

લલિતાબેનનો પરિવાર હૉસ્પિટલમાં હતો ત્યારે ડૉક્ટર દ્વારા તેમના બ્રેનડેડની માહીતી આપવામાં આવી અને અંગદાન વિશે સુચન કરવામાં આવ્યું હતું. ત્યારે હનોકભાઈએ તેમના પિતા અવસુખ ભાઈ અને ગામના મહેશભાઈ તેમજ નિલેશભાઈ સાથે ચર્ચા કરી અંતે કોઈને નવું જીવન મળવાનું છે તેવા ઉદેશ્યથી લલિતા બેનના અંગોનું દાન કરવા સહમતી દર્શાવી હતી. અને લલીતા બેનના લિવર અને ૨ કિડનીના દાનથી ત્રણ લોકોને નવું જીવન મળ્યું હતું. અન્નદાતા હનોકભાઈના પરીવારે અંગદાન કરી સમાજને અંગદાનનો સંદેશ આપ્યો છે.

*****

પતિ ધર્મેન્દ્ર વિજયનારાયણ સિહના પત્નિ ઈન્દુસિંહ અને પરિવારે તેમના અંગદાન કર્યુ હતું. આ પ્રસંગ વિશે વાત કરતા ઈન્દુબેને કહ્યું હતું કે, "જો જાને વાલા થા વો તો ચલા ગયા અબ જો દુનીયા કહીં કોઈ મૌત સે જુઝ રહા હૈ ઉસે અગર હમ બચા સકતે હૈ તો ઉસે બચાના ચાહીએ. ઔર અંગદાન સે કિસી કી જાન બચ રહી હો તો અંગદાન કરના ચાહીએ."

મૂળ ગામ યુરહેદ, જમોઈ, બીહારના વતની ૪૫ વર્ષીય સ્વ. ધર્મેન્દ્ર સિંહ વિજયનારાયણ સિંહ ખુબ જ જવાબદાર પતિ અને પિતા હતાં. તેઓ ૨૫ વર્ષથી સુરતમાં કૈલાસનગર પાંડેસરા ખાતે રહેતા હતાં. ભાટપોર જી.આઈ.ડી.સી. ખાતે તેઓ ગ્રાઈન્ડરમેન તરીકે નોકરી કરતા હતાં. તેમના પત્ની પણ એક બુટીકમાં નોકરી કરે છે. ઈન્દુબેન ખૂબ મક્કમ મનોબળના છે. સવારે નોકરી પર જાય અને સાંજે જ ઘરે આવે. ધર્મેન્દ્રસિંહ અને ઈન્દુબેનને ત્રણ દીકરા અને એક દીકરી મોટી દીકરી છે. મોટી દીકરી દીવ્યાને સુરતમાં જ પરણાવી હતી અને સોનુ, નિખિલ અને વિવેક આમ ત્રણ દીકરા હતા. સોનું અને નિખિલ પણ નોકરી કરે છે. અને નાનો વિવેક ઘરે જ અભ્યાસ

કરે છે. પતિ ધર્મેન્દ્ર સિંહના ગુજરી ગયા બાદ ઈન્દુબેન ત્રણેય બાળકોને સાચવે છે. પતિ ધર્મેન્દ્ર સિંહના અકસ્માત બાદ બ્રેનડેડ પામ્યા પછી જીવનની વાસ્તવીકતાને સ્વિકારી કોઈને નવું જીવન મળશે એવા ઉદાર ઉદેશ્ય માટે તેમણે પતિના અંગોનું દાન કરવાનો નિર્ણય કર્યો હતો. એક સ્ત્રી પતિના ગુજરી ગયા બાદ પણ આત્મસન્માનભેર આત્મનિર્ભર રહી બાળકોનું પાલનપોષણ કરે છે અને પતિના દુ:ખદ નિધન વખતે પણ મનને મક્કમ કરી અંગદાનનો નિર્ણય કરે છે. જીવન સાથે સંઘર્ષમાં ઉતરીને પણ અંગદાન જેવા માનવકલ્યાણના નિર્ણયમાં સહમતી આપી ઈન્દુબેને સમાજ સામે મોટુ ઉદાહરણ પુરુ પાડ્યું છે.

૨૦ મી ઓક્ટોબરના દિવસે દીનચર્યા પ્રમાણે ધર્મેન્દ્ર સિંહજી બાઈક લઈ નોકરી પર જવા નિકલ્યા હતાં ત્યાં ટ્રક સાથે તેમનો અકસ્માત થયો હતો. આસપાસના લોકોએ ફોન કરી ૧૦૮ એમ્બ્યુલન્સ બોલાવી હતી ૧૮ વર્ષનો દીકરો નિખિલ સિંહ તત્કાલ સ્થળે પહોંચી પિતાને ન્યુ સિવિલ હોસ્પિટલ ખાતે સનારે ૯ વાગ્યાની આસપાસ એડમીટ કર્યા હતાં. પરિવારને જાણ કરતા તેમના પત્ની ઈન્દુસિંહ તેમજ સંબંધી રાકેશ સિંહ, દીલીપ સિંહ અને અન્ય પરિવારજનો સિવિલ ખાતે પહોંચ્યા હતાં. ડૉક્ટરો દ્વારા ધર્મેન્દ્ર સિંહની સારવાર શરૂ હતી. તેમની સ્થિતી સામાન્ય થાય તેવા પ્રયત્નો ચાલુ હતા. પરંતુ એક દિવસ સતત પ્રયત્નો કર્યા બાદ પણ તેમની હાલત ગંભીર હતી. વિવિધ રિપોર્ટ કરાવ્યા બાદ અંતે ધર્મેન્દ્ર સિંહ બ્રેનડેડ પામ્યા હોવાનું ખબર પડી. અંતે ડૉક્ટરે પરિવારને બોલાવી આગળ અંગદાન કરવાનો પર્યાય સુચવ્યો હતો ત્યારે ઈન્દુબેન અને પરિવારના સભ્યોએ ધર્મેન્દ્ર સિંહના અંગોનું દાન કરવાની સહમતી આપી હતી. અને મૃત્યુની પ્રતિક્ષા કરતા બે લોકોને લિવર અને કિડનીના દાનથી નવું જીવન મળ્યુ હતું. તેમના આ કાર્ય માટે આર. ટી.ઓ. સુરત દ્વારા સુરત ખાતે તેમનું અને પરિવારનું સન્માન કરવામાં આવ્યું હતું. સ્નેહીના મૃત્યુ સમયે અંગદાનનો નિર્ણય કરનાર પરિવારને કોટી કોટી વંદન....

*****

૧૮   સ્વ. પ્રિતેશ કુમાર મનોજ રાજભર

આંતરડાંનું અંગદાન કોણ કરે? ૨૩ વર્ષના સ્વ. પ્રિતેશકુમાર રાજભરના પિતા મનોજ રાજભરજી સાથે વાત કરતા તેઓ કહી રહ્યાં હતાં કે, "અબ બચ્ચા તો મર ગયા, અબ અંગદાન કે લીએ ફીર સે ઉસકે શરીર કા ઓપરેશ કરના હમે ઠીક નહીં લગ રહા થા. મગર ફીર બાદ મે ડૉક્ટર સાહબ હમેં સમઝાયે કી અંગદાન સે જો અભી મર રહા હૈ ઉસે જુંદગી મીલ જાયેગી. તબ હમેં લગા કી અબ તો શરીર કા રાખ હી હોના હૈ. તો કીસી કા જાન બચતા હો તો અંગદાન કર દેતે હૈ. તબ ફીર હમ અંગદાન કરને તૈયાર હો ગયે."

થોડાક દિવસો પહેલા જે વ્યક્તિના આંતરડાં ખરાબ થઈ ગયા હતાં અને જો અંગદાનથી મળેલા આંતરડાંનું પ્રત્યારોપણ નહીં કરવામાં આવે તો તે વ્યક્તિ વધુ દિવસ જીવી શકે એમ ન હતી. ત્યારે પ્રિતેશભાઈ રાજભરના આંતરડાંના અંગદાનથી તેમને નવું જીવન મળી ગયું. લાંબા સમયથી જેણે જીવનની આશા છોડી દીધી હતી તે વ્યક્તિ હવે નિરોગી અને સ્વસ્થ જીવન જીવી રહ્યાં હતાં. મોઢામાં નાખેલો કોળીયો પ્રિતેશભાઈના પ્રત્યારોપીત આંતરડાંમાં પાચન થઈ જીવનચક્ર

ફરી ચાલુ થઈ ગયું હતું. સુરત સિવિલ હૉસ્પિટલમાંથી આ બીજી વખત આંતરડાંનું દાન થયું હતું.

સુરત શહેરની ઓળખ હવે લઘુ ભારત તરીકે થઈ છે. અહીં ભારતના જુદા જુદા રાજ્યોથી રોજગાર વ્યવસાય માટે અનેક લોકો આવીને સ્થાયી થયા છે ત્યારે મૂળગામ ગોતવા-જમુઆ, મિર્ઝાપુરના, ઉત્તરપ્રદેશના રહેવાસી સ્વ. પ્રિતેશકુમાર મનોજ રાજભર ૫ વર્ષથી સુરતના પોલીસ કોલોની પાસે આવેલ બમરોલી વિસ્તારમાં મહાદેવનગરમાં તેમના માસા સંજુભાઈ રાજભર અને ગીતાબેન રાજભરના સાથે રહેતા હતાં અને એમ્બ્રોઈડરીનું કામ કરતા હતાં. ૨૩ વર્ષના પ્રિતેશના લગ્ન પણ નક્કી થઈ ગયા હતાં. ડીસેમ્બર મહિનામાં તેના લગ્ન કરવાનું આયોજન હતું. અકસ્માત થવાના દસ પંદર દિવસ પહેલા તેઓ ગામ માતા પિતા અને ભાઈઓ સાથે રહીને સુરત આવ્યા હતાં. સુરતમાં રહી કપડાની દુકાન શરૂ કરી પોતોનો વ્યવસાય કરવાનું તેમનું સપનું હતું. પણ સમયથી વધુ કોણ જાણે છે ? એમ્બ્રોઈડરીના ખાતામાં તેઓ નાઈટ શિફ્ટ કરતા. ૧૮ વર્ષનો ભાઈ સુજીત રાજભર પણ બીજી જગ્યાએ એમ્બ્રોઈડરીનું કામ કરતો.

૩૦ મી એપ્રીલ ૨૦૨૩ ના રોજ તેઓ સાંજે ઉઠીને સાથે કામ કરતા મિત્ર સાથે ફરવા નિકળ્યા હતાં અને ત્યાંથી રાત્રે ૯ વાગે ઘરથી ૪ કી.મી. ના અંતરે આવેલા એમ્બ્રોઈડરીના ખાતામાં કામ માટે જવાના હતાં. ફરીને આવ્યા બાદ કામે જતાં ગણપતનગર પાસે રસ્તામાં સ્પિડ બ્રેકર હતું. આજ ક્ષણ એમનો અંતિમ ક્ષણ થવાનો છે એ કોને ખબર હોય? સ્પિડ બ્રેકર પરથી ગાડી પડી જતાં પ્રિતેશ રાજભાર માથા પર પટકાયા હતાં. જેના કારણે તેમને માથાના ભાગે જીવલેણ ઈજા થઈ હતી. સાથે બેસેલા મિત્રએ તરત તેમને ન્યુ સિવિલ હૉસ્પિટલમાં દાખલ કર્યા હતાં. અને ગામે મામા રાજેન્દ્ર રાજભરને કૉલ કરી જાણ કરી હતી ત્યાર બાદ તેમના માતા પિતા અને ભાઈઓને જાણ થઈ. એટલે ગામથી તેઓ સુરત આવવાં નિકળ્યા હતાં. અહીં, સુરતમાં તેમના માસા, ભાઈ મિત્રો અને બીજા સંબંધીઓ હાજર હતા. ડૉક્ટર દ્વારા

તેમના સ્વાસ્થ્યને સ્થિર કરવાની કોશીશો શરુ હતી. બે દિવસ સુધીમાં તેમના પિતા, ભાઈઓ અને બીજા સંબંધીઓ પણ સુરતમાં આવી ગયા હતાં. પિતાના આવ્યા બાદ ડૉક્ટરે તેમને પ્રિતેશભાઈનુ બ્રેનડેડ મૃત્યુ થયેલ હોવાની વાત કહી. હૉસ્પિટલમાં તે સમયે મનોજ રાજભરજીના મિત્રના ભાઈ હરિદાસ મોર્યા, રાજેશ મામા, રાજેશ ચાચા, જયપ્રકાશ રાજભર, સુરજ રાજભર, શિવ કુમાર, રિંકુ રાજભર હાજર હતા. સિવિલ હૉસ્પિટલના આર.એમ.ઓ. ડૉ. કેતન નાયક, ડૉક્ટર નિલેશભાઈ કાછડીયા તેમજ કાઉન્સેલર નિર્મલાબેન તથા ગુલાબભાઈ દ્વારા મનોજભાઈ રાજભર અને પરિવારને બોલાવી અંગદાન વિશે વાત કરી તેનું મહત્વ સમજાવ્યુ હતું. શરૂઆતમાં તેમના પિતા અંગદાન કરવા માંગતા ન હતા પણ તેમના મિત્રના ભાઈ હરિદાસભાઈ મોર્યા સુરતમાં શિક્ષક તરીકે ફરજ બજાવે છે તેમને પણ આ વિચાર યોગ્ય લાગ્યો અને તેમણે અને અન્ય સંબંધીઓએ મનોજભાઈને અંગદાન કરવું જોઈએ તેવું મંતવ્ય જણાવ્યું. અંતે તેમના પિતાને થયું કે હવે પુત્રના મૃત્યુ બાદ શરીરની રાખ થવાની છે. જો અંગદાનથી કોઈનો જીવ બચવાનો હોય તો અંગદાન કરીએ. અને પ્રિતેશભાઈ રાજભરના લિવર ૨ કિડની અને આંતરડાંના અંગદાનથી ત્રણ લોકોને નવું જીવન મબ્યું હતું.

*****

૧૯   સ્વ. નવોદ રૂપનારાયણ ઠાકુર

મૂળ ગામ દોસ્તિયા, મહમદપુર બિહારના રહેવાસી સ્વ. નવોદ રૂપનારાયણ ઠાકુરના બ્રેનડેડ થયા બાદ સુરત સિવિલમાં તેમના સગા મામા, પિતરાઈ ભાઈ અને બહેનો અને સગાસંબંધીઓ હાજર હતા પરંતુ પરિવારના પુત્ર અને પત્ની ગામમાં હોવાથી અંગદાન માટે તેમણે ઓનલાઈન સહમતી આપી હતી. કોઈને કિડની અને લિવર મળવાથી નવું જીવન મળશે તેવા વિચારથી તેમના પરિવારે ઓનલાઈન ડોક્યુમેન્ટની પ્રોસેસમાં દ્વારા પિતાના અંગોનું દાન કર્યું હતું.

નવોદભાઈ ઠાકુરના પરિવારમાં પત્નિ નિભાદેવી, મોટો દીકરો રોનક, આશુતોષ અને મોટી દીકરી પ્રિતીજી હતા. પ્રિતીબેનના લગ્ન થઈ ગયા હતાં. નવોદભાઈ સુરતમાં આવવાના પહેલા બેંગ્લોર અને સેલવાસમાં કામ કરી ચુક્યા હતાં. તેમના દીકરા રોનકના કહ્યા પ્રમાણે સુરતમાં રહેતા તેમના પરિચિતોએ સારુ વેતમ મળી શકે માટે તેમને સુરતમાં રોજગાર માટે બોલાવ્યા હતાં. નવોદભાઈ સ્વભાવે પરિવાર વત્સલ હતા. બંન્ને દિકરાઓને તેઓ ભણાવવાં માગતા હતાં. બેંગ્લોરની જેમ ગુડગાવ અને સેલવાસમાં પણ તેમણે કામ કર્યું હતું. બાળકોના ભણતર માટે પૈસા મોકલતા હતાં. મોટો દીકરો ડીપ્લોમાંનો અભ્યાસ કરી રહ્યો છે.

૮ નેવમ્બરના રોજ તેમનો અકસ્માત થયો તેના કેટલાક દિવસો પહેલા નવોદભાઈ ઠાકુરે તેમના દીકરા પત્ની અને દીકરી સૌની સાથે વાત કરી હતી. ટૂંક સમયમાં તેઓ સૌને મળવા ગામ જવાના હતા. તેમના દીકરાએ આ પ્રસંગે વાત કરતા જણાવ્યું હતું કે, "પપ્પા અમને ખૂબ વ્હાલ કરતા. અમારા ભણતર વિશે પુછતા. અકસ્માત થવાના થોડા દિવસ પહેલા મારી તેમની સાથે વાત થઈ હતી ત્યારે મેં તેમને ગામ આવી જવા કહ્યું હતું પણ તે પહેલા જ આવી દુર્ઘટના થઈ ગઈ અને પીતાજી અમને છોડીને જતાં રહ્યાં."

પરિવાર સાથે વાત કરતા જાણવા મળ્યું હતું કે, નેત્રંગ ખાતે તેમની કંપની પાસે રસ્તો ક્રોસ કરતા ગાડી સાથે એક્સીડેન્ટ થતા તેમને ગંભીર ઈજા થઈ હતી. જેથી આસપાસના પરીચીતો તેમને ન્યુ સિવિલ હૉસ્પિટલ લઈ આવ્યા હતાં. પરિવાર ગામ હોવાથી તેમના સગા સાળા કૌશલ ઝ્રા તેમજ પિતરાઈ ભાઈ વિમલેશ ઠાકુર, બલીરામ ઝ્રા, સુરજ મિશ્રા, વંદના મિશ્રા, કૃષ્ણા અને સંબંધીઓ સિવિલ હૉસ્પિટલ ખાતે પહોચ્યા હતાં. આઈ.સી.યુમા એડમીટ કર્યા બાદ પણ તબિયતમાં કોઈ સુધારો આવ્યો ન હતો અંતે રિપોર્ટ આવ્યા બાદ ડૉક્ટોરે એ તેમને બ્રેનડેડ ઘોષીત કર્યા હતાં.

આવા સમયે અંગદાન વિશે વાત કરતા પરિવાર તો અંગદાન માટે તૈયાર હતો પરંતુ પત્ની અથવા પુત્રો ગામ હોવાથી તેમના સગા સંબંધીઓ દ્વારા ઓનલાઈન પ્રોસેસ કરી તેમની સહમતી આપી હતી અને જુદી જ પરિસ્થિમાં પણ પરિવારે નવોદભાઈ ઠાકુરના અંગોનું દાન કર્યું હતું. નવોદભાઈના લિવર અને બે કિડનીના દાનથી બે લોકોના જીવ બચ્યા હતાં. ત્યાર બાદ સુરત સિવિલમાંથી તેમના પાર્થીવ શરીરને તેમના મૂળ વતને લઈ જવામાં આવ્યા હતાં જ્યા તેમની અંતિમ વિધિ કરવામાં આવી હતી.

*****

૨૦ સ્વ. કાશીનાથ હરિશંકર રાજભર

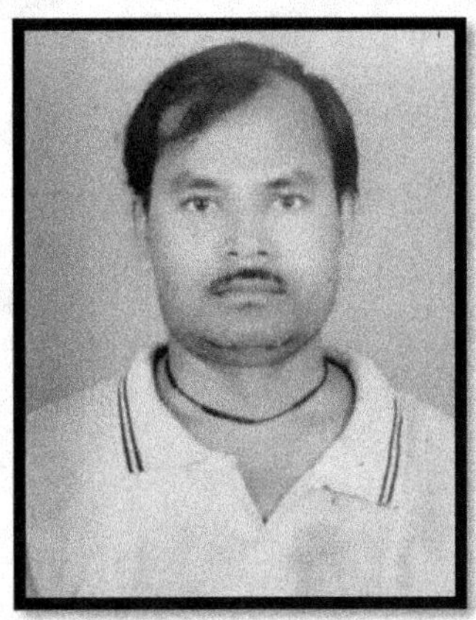

પોતોના સ્વજનનું બ્રેનડેડ અવસાન થયું હોય ત્યારે તેના અંગોનુ દાન કરી કોઈને લિવર તો કોઈને કિડની અથવા જુદા જુદા અંગોનુ દાન થતુ હોય ત્યારે આ અંગોનુ દાન કરવાનો નિર્ણય કરવાની પરિસ્થિતી અત્યંત કપરી હોય છે તેમ છતા સામાન્ય પરિવારમાંથી આવતા આપણા આસપાસ રહેતા લોકો જ આવા કપરાં નિર્ણય કરી અંગદાન કરતા હોય છે. સ્વ. કાશીનાથભાઈ હરિશંકર રાજભર અને તેમનો પરિવાર આવુ જ એક ઉદાહરણ છે.

સુરતના ડીંડોલી વિસ્તારના શિવશક્તિ સોસાયટી ખાતે ભાડાથી રહેતા મૂળગામ કોયલારે જીલ્લા બનારસના રહેવાસી કાશીનાથભાઈ રાજભર સુરતમાં ૨૦ વર્ષથી રહેતા હતા. તેઓ જરીના કારખાનામાં કામ કરતા. તેમના પરિવારમાં પત્ની રિતાદેવી, ૧૮ વર્ષનો એક પુત્ર આનંદ અને ૧૭ વર્ષની દીકરી મહેશ્વરી દેવી હતા. પાછલા ૧૦ વર્ષથી તેઓ શિવશક્તિ સોસાયટીમાં ભાડેથી રહેતા હતા.

બે દિવસથી તેમની તબિયત ખરાબ હતી જેથી ૨૫ મી ઓક્ટોબરના રોજ તેઓ દવા લેવા ગયા હતાં ત્યારે ઘર પાસે ઉતરતી વખતે તેઓ રિક્ષામાંથી ચક્કર

આવીને પડ્યા હતાં. માથાના ભાગે ઈજા થતા તેમને સ્થાનિક ક્લિનીકમાં લઈ જવામાં આવ્યા હતાં. વધુ ઉપચાર માટે ત્યાથી મોટી હૉસ્પિટલમાં લઈ જવાતા સીટી સ્કેનમાં માથાના ભાગે લોહીની ગાંઠ થવાનું જાણવા મળ્યું હતું. સારવાર દરમ્યાન તબિયત વધુ બગડતા તેમને ભાઈ બનારસી રાજભર, સંદીપ શુક્લા, શ્રવણકુમાર સિંહ અને સંબંધીઓ ૧ નવેમ્બરના રોજ ન્યુ સુરત હૉસ્પિટલમાં એડમીટ કરવામાં આવ્યા હતાં. સિવિલ ખાતે ન્યુરો સર્જન દ્વારા સારવાર ચાલુ હતી વિવિધ રિપોર્ટ કાઢવામાં આવ્યા હતાં. પરંતુ તબિયત વધુ ખરાબ હોવાથી અને માથાના ભાગે ગંભીર ઈજા હોવાથી ૩ જી નવેમ્બરના રોજ રિપોર્ટ દ્વારા તેમને બ્રેનડેડ જાહેર કરાયા હતાં.

પરિવારમાં પત્ની અને બાળકોનો આધાર જતો રહ્યો હતો. કાશિનાથભાઈ સમાજને શું આપી શકે? એમની પાસે આપવા માટે કઈં જ ન હતું પરંતુ બ્રેનડેડ થયા બાદ તેમના પરિવારે કાશિનાથભાઈના અંગોનુ દાન કરવા સહમતી આપી અને લિવર અને ૨ કિડનીના દાનથી વર્ષોથી અંગોની પ્રતિક્ષા કરતા કોઈના પરિવારના વ્હાલા પ્રિયજનને નવું જીવન મળ્યું હતું.

*****

સ્વ. સુનીલ રાઘવભાઈ ચૌહાણ

બ્રેનડેડ થયા બાદ સામાન્ય રીતે ડૉક્ટર પરિવારને અંગદાન કરવાનું સૂચવતા હોય છે. પણ પિપરાળીના ચૌહાણ પરિવારને જ્યારે ખબર પડી કે તેમના સ્વજન સુનિલભાઈ રાઘવભાઈ ચૌહાણનું બ્રેનડેડ થયું છે. ત્યારે તેમણે સામેથી તેમના અંગોનુ દાન કરવાનો વિચાર ડૉક્ટર સામે મુક્યો હતો. સુરત પોલીસમાં હેડકૉન્સ્ટેબલ તરીકે સેવા બજાવતા ચૌહાણ પરિવારના સભ્ય પ્રતાપભાઈ ચૌહાણ ઘણી વખતે અંગદાન અને ગ્રીન કોરીડોરની ડ્યુટીમાં હોવાથી તેમને અંગદાન અને અંગ પ્રત્યારોપણની જાણ હતી. જાતે અંગદાનનો નિર્ણય કરી ચૌહાણ પરીવારે સમાજ સામે અંગદાનનું મોટુ ઉદાહરણ પુરૂ પાડ્યું છે.

રામનવમીનુ પવિત્ર પર્વ હતું મૂળ ભાવનગર, પિપરાળી ગામના અને હાલ સુરત, કિમ ખાતે રહેતા ચૌહાણ પરિવારે સુરત સિવિલ હોસ્પિટલમાં તેમના ૩૦ વર્ષીય વ્હાલસોયા પુત્ર સ્વ. સુનીલ રાઘવભાઈ ચૌહાણનું બ્રેનડેડ થતાં અંગદાન કર્યુ હતું. મહેન્દ્રભાઈએ કહ્યું હતું કે, "અમારા પરિવારનો દીકરો ગયો એમ જો અંગદાનથી

કોઈના પરિવારનો દીકરાનો જીવ બચી જતો હોય અને તેને નવું જીવન મળતુ હોય તો અંગદાન કરવું જ જોઈએ. એવા જ આશાયથી અમે અંગદાન કરવાનો નિર્ણય કર્યો હતો."

30 વર્ષના જુવાન સુનિલભાઈ ચૌહાણ મહાદેવ કાર્ટીંગ ખાતે સુપરવાઈઝર તરીકે નોકરી કરતા હતાં. વર્ષોથી પ્રામાણીકતાથી નોકરી કરતા એટલે મહાદેવ કાર્ટીંગના અજીતસિંહજીનો તેમની પર પુરેપુરો ભરોસો હતો. તેમના પરિવારમાં માતા પ્રેમિલાબેન, કાજલબેન, મહેન્દ્રભાઈ અને મહેન્દ્રભાઈના પત્ની હીનાબહેન સાથે રહેતા હતાં. ખૂબ મહેનત અને આકાંક્ષાઓથી સુનિલભાઈના પ્રયત્ને તેમણે કીમમા પોતાનું ઘર લીધુ હતું. ૭ મે ના રોજ પરિવારમાં બહેનના લગ્ન નક્કી થયા હતા. ૨૭ માર્ચ ૨૦૨૩ ના રોજ સાંજે ૦૭:૩૦ સુનિલભાઈએ કહ્યું કે "હું કાર્ટીંગ ખાતે જઈને આવું છું." રસ્તામાં જતાં હતા ત્યાં પાસેના પેટ્રોલ પંપ પાસે વાહન ચલાવતા અચાનક ગાડીમાં ભુંડ આવી જતાં ગાડી સ્લીપ થઈ ગઈ અને સુનીલ ભાઈ પડી જતાં તેમને માથાના ભાઈ ગંભીર ઈજા થઈ હતી. અજીતસિંહના મિત્ર પેટ્રોલપંપના માલીકે સુનીલભાઈને ઓળખી અજીતભાઈને તેમના અકસ્માત વિશે જાણ કરી હતી. એટલે તત્કાલ તેઓ સુનિલભાઈને નજીકની સાધના હૉસ્પિટલમાં લઈ ગયા હતાં પરંતુ ગંભીર ઈજા હોવાથી વધુ ઉપચાર માટે મહેન્દ્રભાઈ, સાગરભાઈ અજીતસિંહ અને સુરેશભાઈ, કાળુભાઈ, મયુરભાઈ, હિંમતભાઈ તેમને ન્યુ સિવિલ હૉસ્પિટલ સુરત ખાતે લઈ ગયા હતાં. સિવિલમાં એડમીટ કર્યા. ડૉક્ટર દ્વારા સારવાર શરૂ કરવામાં આવી અને તેમનુ બ્લડ પ્રેશર કન્ટ્રોલ કરવાનો અને સ્થિતી સામાન્ય કરવા પ્રયત્નો ચાલું હતા. એક દિવસ વિત્યો હતો પરંતું માથાના ભાગે ગંભીર ઈજા હોવાથી તેમની સ્વાસ્થ્યમાં સુધારો આવ્યો ન હતો. હૉસ્પિટલ ખાતે અન્ય પરિવારના સભ્યો બધાજ ચિંતાતુર તેમના સાજા થવાની વાટ જોઈ રહ્યાં હતાં. આગલા દિવસે જુદા જુદા રિપોર્ટ્સ આવ્યા બાદ તેમના બ્રેન ડેડ થયા હોવાનું માલુમ પડ્યું હતું.

ચૌહાણ પરિવારનો કૃતધનવાન જુવાન દીકરો ગુજરી ગયો હતો પણ આગળ શું કરી શકાય આખો પરિવાર શોકમાં હતો પરંતુ આવા કપરાં પ્રસંગે પણ પરિવારના સભ્યોએ તેમના અંગોનું દાન કરવાની ઇચ્છા વ્યક્ત કરી હતી. જેનાથી અંગોની પ્રતિક્ષા કરતા કોઈના પરિવારના વ્હાલસોયાને જીવન દાન મળ્યું હતું. સુનીલભાઈના લિવર અને ૨ કિડનીઓનું અંગદાન કરવામાં આવ્યું.

આવી પરિસ્થિતીમાં સગાસંબંધીઓના ઘરેથી ફોન આવી રહ્યાં હતાં ત્યારે પ્રતાપભાઈ પરિવારને અંગદાનની સંપુર્ણ પ્રક્રિયા પુર્ણ કરવાની વાત કરી હતી.

ચૌહાણ પરિવારે અંગદાન કર્યા બાદ તેમના મોટાભાઈ મહેન્દ્રભાઈ સુરતના પ્રસિદ્ધ જ્વેલર્સ કલામંદીર ખાતે નોકરી કરે છે. *ત્યાં અંગદાતા સ્વ. સુનિલભાઈની આત્માને શાંતિ મળે માટે પ્રાર્થના કરવામાં આવી હતી* અને મિલનભાઈ શાહ દ્વારા અંગદાનના નિર્ણય બદલ પરિવારને સકારાત્મક પ્રતિભાવ આપ્યા હતાં.

સુનિલભાઈ કામમાં ખૂબ ચોક્કસ હતા. મોટાભાઈને ભણાવવા તેમણે નોકરી શરૂ કરી હતી. નવું ઘર લેવાનું તેમનું સપનું પણ તેમણે મહેનત કરી પુરૂ કર્યુ હતું. સુનિલભાઈ આખા પરિવારનો આઘાર અને લાડકવાયા પુત્ર હતા. પીપરાળી ખાતે તેમના ગામમાં પણ સમાજના આગેવાનોએ અંગદાન કરી જીવનદાન આપવાના તેમના નિર્ણયને બીરદાવ્યું હતું. ચૌહાણ પરિવારે અંગદાન કરી સમાજને મોટુ ઉદાહરણ પુરૂ પાડ્યું છે. સ્વજનના મૃત્યુ સમયે સ્વેચ્છાએ અંગદાન કરવાની ભાવના એ કોઈના પરિવારના વ્હાલાને જીવન આપે છે અને ચૌહાણ પરિવારે ૨ વ્યક્તિઓને નવજીવન આપી તેમના પરિવારને સ્વજનના મૃત્યુના દુ:ખથી બચાવી લીધા હતાં.

*****

૨૨   સ્વ. ભાસ્કર દગા પાટીલ

આકાશમાં વિહરતું પક્ષી પણ ઈશ્વરે આપેલા તેના પંખોના સહારે સમુદ્રને ઓળંગી વાદળોને ચીરીને લાખો કિમીનો પ્રવાસ કરતુ તેના સપનાનાં સ્થળે પહોચતું હોય છે. તેના પંખ જ તેના જીવનના સપના સાકાર કરવાનો આધાર છે. પક્ષીઓ ઘાસનું એક એક તણખલું નાનકડી ચાંચમાં પકડી તેનો માળો બનાવે, નાનાકડા પંખોના સહારે બાળકો માટે અન્ન શોધી લાવે તેમને ખવડાવે અને તેમના પંખો મોટા થઈ જાય પછી તેમને આકાશમાં ઉડતા કરે. પંખો જીવનના સપનાંઓનો આધાર છે. માનવી માટે તેના હાથ જ તેની પાંખ છે. પણ જો વ્યક્તિના હાથ ના હોય તો? અથવા કોઈક અકસ્માતમાં કોઈના હાથ કપાઈ જાય તો? પક્ષીની જેમ માનવી જીવનના સપનાઓ સાકાર કરવા તેના હાથ જ આધાર છે.

હાથ ગુમાવ્યા બાદ આવી વ્યક્તિને જો બંન્ને નવા હાથ મળે તો? તેને જીવનના અધુરા રહી ગયેલા સપનાઓ પુર્ણ કરવાની આશા મળે છે, એક જ જન્મમાં નવો બીજો જન્મ મળે છે. પણ કોણ આપે છે હાથ? શું સમાજમાં

કોઈએ હાથ ગુમાવ્યા હોય તો તેને બીજા હાથ મળી શકે? કઈ રીતે હાથ મળી શકે?

ભાસ્કર દગા પાટીલ એક દિવસે સવારે નોકરી પર ગયા હતાં ત્યાં એકાએક ગેટ પાસે પડી જતાં ત્યાંના સહકર્મીઓએ તેમને ન્યુ સિવિલ હૉસ્પિટલમાં એડમીટ કર્યા. મૂળ લોનખેડી, તાલુકો સાક્રી, જિલ્લો ધુલીયાના રેહવાસી ભાસ્કરભાઈ પાટીલ તેમના ભાણીયા રાવસાહેબ રામા પાટીલ પાસે સુરત શહેરના બમરોલી વિસ્તારમાં એકલા રહેતા હતાં. ભાસ્કરભાઈના માતા પિતાનું વર્ષો પહેલા જ અવસાન થઈ ગયું હતું. તેમના મોટા ભાઈ ગંગારામ ભાઈ મુંબઈ રહેતા તેઓ પણ ગુજરી ગયા હતાં, અને એક બહેન સુમનબેન પણ ગુજરી ગયા હતાં. ભાસ્કરભાઈના પાંચ ભાણીયા જ તેમનો પરિવાર હતો અને તેઓ જ તેમનું ધ્યાન રાખતા.

સુરત શહેરમાં આવવાના પહેલા મહારાષ્ટ્રના ધુલીયા જીલ્લાના નારસ ગામે તેમના ભાણીયાઓ સાથે તેઓ રહેતા હતાં. ૧૦ વર્ષ સુધી તેઓ ત્યાં રહ્યાં. સંજયભાઈ રામા પાટીલ તેમનું ધ્યાન રાખતા. ત્યાર બાદ તેઓ સુરતમાં રહેતા તેમના ભાણીયા રાવસાહેબ રામા પાટીલ પાસે આવીને રહેવા લાગ્યા. અને સુરતમાં શરૂઆતમાં મળે તે કામ કરતા હતાં.

હૉસ્પિટલમાં એડમીટ કર્યા બાદ ડૉક્ટરોએ ઘણા દિવસો સુધી તેમની સ્થિતી સામાન્ય થાય માટે સતત પ્રયત્નો કર્યા હતાં. રાવ સાહેબ પાટીલ તેમના મામા સાજા થાય માટે ભગવાનને પ્રાર્થના કરતા હતા સારવાર સતત ચાલુ હતી અને જુદા જુદા રિપોર્ટ્સ કરવામાં આવ્યા હતાં. રિપોર્ટમાં ખબર પડી કે ભાસ્કરભાઈ બ્રેનડેડ થઈ ગયા છે. ભાસ્કરભાઈનું તેમના ભાણીયા રાવસાહેબ પાટીલ સીવાય કોઈ ના હતું. રાવસાહેબ પાટીલની

ઉમર ૬૫ વર્ષ એટલે આ પ્રસંગે વાત કરતા તેમણે કહ્યું હતું કે, મારા સિવાય મામા ભાસ્કરભાઈનું આ દુનિયામાં કોઈ જ નથી. જે હતા તે બધા જ ગુજરી ગયા હતાં. ભાસ્કરભાઈના બ્રેનડેડ બાદ ડૉક્ટર દ્વારા તેમને અંગદાન વિશે સુચવવામાં આવ્યું. ભાસ્કરભાઈ સાથે તેમના મિત્ર સંદીપ કોળી તેમની સાથે હતા. ભાસ્કરભાઈ તો આ દુનિયામાં નથી રહ્યાં. તેમના અંતિમ સંસ્કાર બાદ આ શરીર પંચમહાભૂતોમાં વિલિન થઈ જશે પણ જો તેમના અંગદાનથી કોઈને નવું જીવન મળતુ હોય તો અંગદાન કરવું જોઈએ અમ નિર્ણય કરી તેમને આવશ્યક કાર્યવાહી પુર્ણ કરી અંગદાનની સહમતી આપી. ભાસ્કરભાઈના અંગદાનથી બે વ્યક્તિઓને નવું જીવન મળ્યું અને તેમના બન્ને હાથોના દાનથી કોઈને નવા હાથ મળ્યા. આ હાથ જેમને મળ્યા તેની માટે એક જ જન્મમાં જાણે બીજી વખત નવું જીવન, નવી આશા, આવી આકાક્ષાઓ અને સપનાઓને સાકાર કરવા નવું જીવન મળ્યું હતું.

ઈશ્વરનું સર્જન આ જ માટીમાંથી જન્મી આ જ માટીમાં વિલિન થાય પણ જો તે કોઈને નવું જીવન આપી શકતુ હોય તો અંગદાન મહાદાન છે. ભાસ્કરભાઈ પાટીલ અને તેમના જેવા અંગદાતાઓની કારણે જીવન જીવવાની આશા ખોઈ બેસેલા ઘણાં લોકોને નવું જીવન મળ્યું છે. જતાં જતાં આ અંગદાતાઓ આપણને એક સંદેશ આપે છે કે, જીવતા જીવતા આપણે માનવતા મહેકાવીએ પણ મૃત્યુ બાદ પણ આપણે અંગદાન કરી કોઈને નવું જીવન આપી જઈએ.

*****

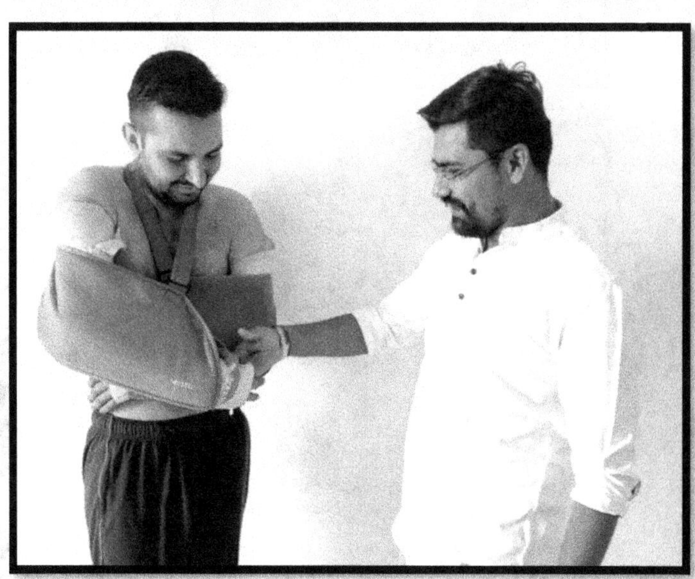

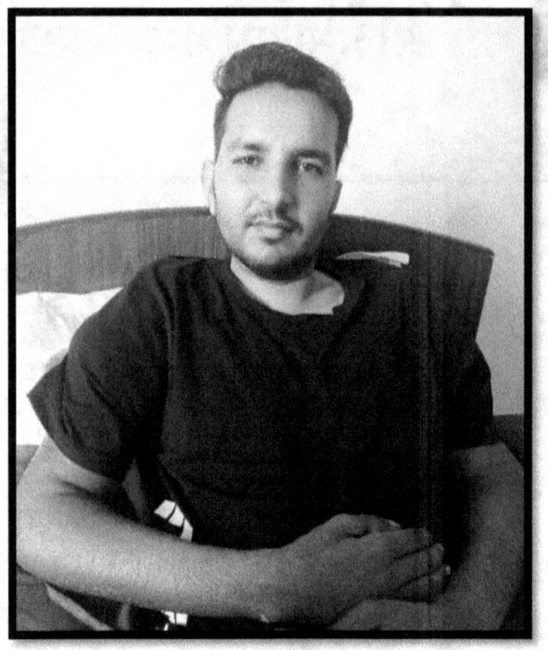

આદરણીય દીલીપ દાદાએ અમને પ્રેમારામભાઈ સાથે મુલાકાત માટે સુચવ્યું હતું. હું, દીક્ષીતભાઈ ત્રિવેદી અને ડૉ. રાજન દેસાઈ આ મુલાકાતમાં એક ચમત્કાર કહી શકાય એવી ઘટના અનુભવવાના હતા. કારણ કે પ્રેમારામભાઈના બંને હાથ ન હતા અને અંગદાનથી તેમને નવા હાથ પ્રત્યારોપીત કરવામાં આવ્યા હતાં. ખભા નિચેના કપાયેલા બંને હાથોનું પ્રત્યારોપણ એ સમગ્ર એશિયા ખંડમાં કરવામાં આવેલુ પ્રથમ સફળ પ્રત્યારોપણ હતું. મારા સંપુર્ણ જીવનમાં કોઈના બન્ને હાથ કપાયા બાદ તેને નવા હાથ લાગ્યા હોય એવા વ્યક્તિને પહેલી વખત મળવાનું હતું. પ્રેમારામજીના હાથ કપાયા ત્યારે તેમની ઉમર ૧૫ વર્ષની હતી અને તેમના શરીરમાં બંને હાથ પ્રત્યારોપીત કરાયા ત્યારે તેઓ ૩૨ વર્ષના છે. આ ૧૭ વર્ષનો તેમનો અનુભવ આપણી માટે કુતુહલ જગાડતો અને અસંખ્ય લોકોને પ્રેરણા આપે તેઓ છે.

સિવિલ હૉસ્પિટલમાં કાર્યરત ડૉ. નિલેશભાઈ કાછડીયાએ વોટ્સએપ ઉપર એક નંબર સેન્ડ કર્યો. એ નંબર હતો શ્રીમાન પ્રેમારામ ચૌધરીનો. રાતના ૧૦ વાગે મેં કૉલ કર્યો, નમસ્તે હું મકરંદભાઈ બોલું છું.

પ્રેમારામજી સાથે વાત થઈ શકે. સામેથી અવાજ આવ્યો જી હાં મૈં પ્રેમારામ બોલ રહા હું. આગળ ખૂબ પ્રસન્નતાથી વાત થઈ અને અમે સુરત થી મુંબઈ પ્રેમારાજીને મળવા નિકળી પડ્યા.

સવારે ૭ વાગ્યા હતા. પ્રેમારામજીના ફ્લેટમાં અમે પ્રવેશ કર્યો. પ્રેમારામજી સામે જ બેઠાં હતાં. તેમની સાથે તેમના ભાઈ હતા. પ્રેમારામજીનો ફોટો જોયો હતો ત્યારે તેમના બંને હાથ ન હતા. અકસ્માતને કારણે હાથ કાપવા પડ્યા હતાં. પણ મારી સામે જે પ્રેમારામ ભાઈ હતા. તેમના બંને હાથ હતા અને મુવમેન્ટ કરી રહ્યાં હતાં. પ્રેમારામજી સ્વસ્થ હતા. તેમના ચહેરા પર અજબ સંતુષ્ટી અને એક દીર્ઘ અનુભવથી પસાર થયા બાદ ચહેરા પર આગવી પ્રસન્નતા હતી.

અમારી વાત શરૂ હતી. પ્રેમારામજી બોલી રહ્યાં હતાં. "મૈં જબ ૧૫ સાલ કા થા. કક્ષા ૮ મેં થા તબ આખરી બાર મૈને ક્રીકેટ ખેલા થા. ઉસકે બાદ એક હાદસે કી વજહ સે મેરે દોનો હાથ કાટને પડે થે. અબ દોનો હાથ લગને કે બાદ ડૉ. સાહબને બોલા હૈ ઓપરેશન સકસેસફુલ હૈ, કુછ હી દીનો મેં આપ બલ્લા હાથ મેં લેકર ક્રીકેટ ખેલ પાયેંગે. "પ્રેમારામજી બોલી રહ્યાં હતાં. ૧૫ સાલ કી ઉમર મેં મેરે જીવન મેં જો સમય કી ઘડી માનો રૂક સી ગઈ થી. ઉસ ઘડી કે કાંટે આજ ૧૭ સાલ કે બાદ ફીર સે ચલને લગેંગે. મૈં રોજ નયા અનુભવ જી રહા હું. ૧૭ સાલ તક મેરે હાથ નહી થે."

પ્રેમારામ મોહનલાલ ચૌધરી હાલ ઉમર વર્ષ ૩૨, શિક્ષણ બી.એડ.પૂર્ણ. રૂપન ગઢ ગામ, જિલ્લો અજમેર, રાજસ્થાનના તેઓ નિવાસી છે. પ્રત્યારોપણ અને ઉપચાર માટે તેઓ મુંબઈમાં રહે છે. પ્રેમારામજી સાથે અક્સમાત થયો ત્યારે ૨૦૦૮ નું વર્ષ હતું, નાનો પ્રેમારામ ધોરણ ૮ માં ભણતો

૧૫ વર્ષનો કિશોર હતો. માતા પિતાનો ખૂબ જ વ્હાલો અને ઘરનો મોટો દીકરો હતો. તેને ક્રિકેટ રમવાનો ખૂબ શોખ હતો. પણ ભણવામાં પણ એટલુ જ ધ્યાન આપતો. પરિવારમાં માતા –પિતા, દાદા દાદી, બે ભાઈ સાથે રહેતા. એક દિવસ તેમના કાકા સાથે પ્રેમારામ તેમના ઘરે ગયા હતાં. રમતા રમતા પ્રેમારામ કાકાના ઘરના પાછલા આંગણામાં રમવા લાગ્યા. ઘરની પાછળ પાવર હાઉસ હતું. રમતા રમતા પાવર હાઉસ પાસે જતાં તેમને કરંટ લાગ્યો. આ અકસ્માતમાં તેમના બંને હાથોને ગંભીર નુકસાન થયું એવું કે, તેમના બંને હાથ કાપવા પડ્યા. હવે પ્રેમારામના બંન્ને હાથ ન હતા. ૧૭ વર્ષ સુધી તેઓ બંન્ને હાથ વગર રહ્યાં.

હાથ કપાયા બાદ જીવન ખૂબ કપરુ હતું અને તેના કરતા દુ:ખદ હતી વ્યથા અને પ્રેમારામજીના અનુભવો.

પ્રેમારામજી કહેવા લાગ્યા. કુછ લોગ પ્રેરણા દેતે થે, હાથ કે બીના ભી કઈ લોગોને જીવન में અચ્છા મુકામ હાંસીલ કિયા હૈ. તુમ ભી કુછ કર સકતે હો. કુછ કહતે થે, ઐસે દુ:ખદ જીવન સે તો મર હી ગયા હોતા તો ઠીક થા. હાથ કે બગેર જીવન કૈસા દુર્બલ હોગા. હર પલ હર ઘડી અંગ ના હોને કા અહસાસ આપ કો અંદર સે તોડ દેતા હૈ. ઘર કા બડા બેટા હુ, જીમ્મેદારીઓ કા ખયાલ આતા હૈ લગતા થા કૈસે કરુંગા ? મગર કિસી કે અંગદાન સે મેરી પુરી જીંદગી બદલ ગઈ હૈ. મૈં ક્યા કહું બસ ઈતના કહ સકતા હું કી મુઝે નયા જીવન મિલા હૈ, મુઝે સિર્ફ નયે હાથ નહીં મિલે મુઝે મેરે સપને વાપસ મિલે હૈ, ઉન્હે પુરા કરને કા વિશ્વાસ મિલા હૈ.

રાજસ્થાન में કઈ જગહ પુછતાછ કરને કે બાદ હમ મુંબઈ કે ગ્લોબલ અસ્પતાલ में આયે ડૉક્ટરો કો દિખાયા ઔર હમે જો પતા થા વો

બતાયા કી કંધે કે નિચે હાથ લગાને કા પહેલા ઓપરેશન પુરી દુનિયા મેં પહેલી બાર ફ્રાન્સ મેં હો ચુકા હૈ. તો ડૉક્ટરને હમે ઉમ્મીદ દી કી અગર કોઈ ડોનર મિલતા હૈ તો હમ આપકે ભી હાથોં કા પ્રત્યારોપણ કરેંગે, ઉન્હોને ફ્રાન્સ કી અસ્પતાલ મેં જાનકારી લી ઔર હમારા નામ હમને પ્રતિક્ષા યાદી મેં રજીસ્ટર કરવાયા.

૮ ફરવરી કે દીન રાતકો હમ ખાના ખાને જા રહે થે તભી ડૉ. નિલેશજી ઔર સતભાઈ કા કૉલ આયા કી ડોનર મિલે હૈ, આપ અસ્પતાલ આ જાઈએ. પ્રેમારામજી તેમનો અનુભવ કહી રહ્યાં હતાં.

સબસે પહલે બહોત ખુશી હુઈ. ઔર લગા કી કિસી પરિવારને અંગદાન કીયા તો મુઝે હાથ મિલ રહે હૈ. મૈ ભી લોગો કી મદદ કરુંગા. દુસરે ૯ ફરવરી કો ઓપરેશન હુવા જબ હોશ આયા ઔર મૈને મેરે હાથ દેખકર બહોત ખુશી હુઈ. મન હી મન જીસ વ્યક્તિ કે અંગદાન સે મુઝે હાથ મિલે થે. ઉસકે લીએ ઔર અંગદાન કરનેવાલે પરિવાર કે લીએ અગણીત પ્રાર્થનાએ નીકલી. ક્યોકી યે ઉનકે અલાવા કોઈ નહીં કર સકતા થા. હમ નિઃસહાય થે. કોઈ કીસી સે હાથ માંગને નહીં જા સકતા. કહીં કોઈ અંગ નહી હૈ. યે મહાદાન થા, મેરે લીએ નયા જીવન થા.

પ્રેમારામજી તેમનો અનુભવ કહી રહ્યાં હતાં. અને સાથો સાથ તેમના હાથની હલચલ પણ ચાલું હતી. પ્રેમારામજીએ કહ્યું હતું કે, મેને બીએડ કીયા હૈ શિક્ષક બનના ચાહતા હું ઔર લોગો કી મદદ કરના ચાહતા હું. અંગદાન સે મુઝે જીવન મિલા હૈ. એસે કઈ લોગ અંગો કી પ્રતિક્ષા મેં અંગદાન સે સચ મેં કઈઓ કો નયા જીવન મિલ જાતા હૈ. પુરા જીવન બદલ જાતા હૈ.

*****

૩૪ વિશેષ મુલાકાત - ડૉ. નિલેશ કાછડીયા

ઈન્ટરવ્યુ :-

ભારતમાં હ્દય, કિડની, લિવર, આંતરડાં, ફેફ્સા હાથ જેવા વિવિધ અંગોની પ્રતિક્ષા યાદીમાં રજીસ્ટર દર્દીઓની સંખ્યા લાખોમાં છે. જેમાં દર મહિને હજારો લોકો અંગોની પ્રતિક્ષા કરતા કરતા, અંગો ન મળવાની કારણે મૃત્યુ પામે છે. ભારતમાં અંગદાનનું પ્રમાણ પર મિલિયન ૦.૮૬ એટલુ જ છે જ્યારે સ્પેન જેવા દેશમાં પર મિલિયન અંગદાનનું પ્રમાણ ૪૬.૯ જેટલું છે આનાથી આપણને ખ્યાલ આવી શકે છે કે, આપણા દેશમાં અંગદાનનું પ્રમાણ ખૂબ જ ઓછું છે

આવી સ્થિતીમાં ઓર્ગન પ્રોક્યોરમેન્ટ અને ટ્રાન્સપ્લાન્ટ સાથે સંકળાયેલા ડૉક્ટર્સ પણ ખૂબ ઓછા છે અને અંગદાનની પ્રક્રિયામાં ડૉક્ટરની ભૂમિકા ખૂબ જ મહત્વની છે. દર્દી બ્રેનડેડ થયા બાદ ડૉક્ટર તેના પરિવારને બ્રેનડેડ વિષે જાણ કરે અને પરિવારને અંગદાન કરવાનો પર્યાય સૂચવે. અંગદાન વિશે માહિતગાર કરે. ત્યાર બાદ પરિવાર તરફથી

અંગદાનની સહમતી મળ્યા પછી અંગદાનની પ્રક્રિયા શરૂ થાય છે. આવી સ્થિતીમાં ડૉક્ટર્સનો રોલ આમાં કેટલો મહત્વનો છે તે આપણે સમજી શકીએ છીએ.

વર્તમાનમાં ગવર્નમેન્ટ મેડીકલ કોલેજ ન્યુ સિવિલ હૉસ્પિટલ સુરત ખાતે આસિસ્ટન્ટ પ્રોફેસર તરીકે ફરજ બજવતા ડૉ. શ્રી નિલેશભાઈ કાછડીયા આવા જ અંગદાન અને પ્રત્યારોપણ સાથે સંકળાયેલા ખૂબ જ ઓછા ડૉક્ટર્સમાંથી એક છે. વર્ષ ૨૦૨૧ માં તેઓ અમદાવાદ સિવિલ હૉસ્પિટલમાં સેવા બજાવતા હતાં ત્યારે ૧ વર્ષમાં તેમની સક્રીયતાથી બ્રેનડેડ મૃત્યુ પામેલા અંગદાતાઓના ૯૪ જેટલા અંગોનુ દાન થયું હતું. તેમણે અંગદાતાઓના પરિવારોને અંગદાન વિશે સમજણ આપી હતી. હાલ ન્યુ સુરત સિવિલ હૉસ્પિટલ સુરત ખાતે તેમની સક્રીયતાની કારણે ૨૯ જેટલા અંગદાન થયા છે જેના કારણે અનેક લોકોને નવા અંગો મળવાની સાથે નવું જીવન મળ્યું છે. ગુજરાતમાં હેન્ડ બોવેલ એટલે કે, ખભાથી નિચેના હાથનું દાન ખૂબ રેર થતુ હોય છે. ડૉ. નિલેશભાઈ દ્વારા પરિવારનું કાઉન્સેલિંગ કરી સુરત સિવિલ ખાતે બોવેલ હેન્ડનું પણ અંગદાન થયું છે. જેનાથી ખભાથી નિચે જેના હાથ ના હોય તેવા દર્દીને આ હાથોનું પ્રત્યારોપણ થયું છે. ઘણી વખતે પરિવારનુ કાઉન્સેલીંગ કરવા આખે આખી રાત ખડે પગે કામ કરવું પડે, પરિવારને સમય પણ આપવો પડે . આપણા સમાજમાં અંગદાન વિશે જાગૃતિની શરૂઆત થઈ છે અને વધી રહી છે ત્યારે જુદા જુદા અનુભવોથી ડૉક્ટર પસાર થતા હોય છે. ડૉ. નિલેશ કાછડીયા સુરત સિવિલ હૉસ્પિટલમાં પ્રત્યક્ષ રીતે અંગદાન સાથે સંકળાયેલા છે ત્યારે તેમની સાથેના આ ઇન્ટરવ્યુમાં અંગદાનથી સંકળાયેલી જુદી જુદી બાબતો અને

પરિસ્થિતિઓ આપણે સમજી શકીએ છીએ. માટે ડૉ. નિલેશ કાછડીયાની એક મુલાકાત આપણને અંગદાન વિશે વધુ માહિતી આપી શકે છે.

ડૉ. નિલેશભાઈ કાછડીયા સુરતમાં રહે છે અને ગવર્નમેન્ટ મેડીકલ કોલેજમાં આસિસ્ટન્ટ પ્રોફેસર તરીકે સેવા આપી રહ્યાં છે. તેઓ પ્લાસ્ટિક સર્જન છે અને હૉસ્પિટલમાં અંગદાન સાથે પ્રત્યક્ષ રીતે સંકળાયેલા છે. અમદાવાદમાં પણ તેમણે અંગદાન માટે કામ કર્યું છે. વર્તમાનમાં તેઓ સુરત સિવિલ હૉસ્પિટલ ખાતે તબીબ તરીકે અંગદાન સાથે પ્રત્યક્ષ રીતે કાર્યરત છે.

૧. બ્રેનડેડ અને અંગદાન શું છે ?

આપણું મગજ એક ખુબ જ જટિલ અંગ છે જે આપણા દરેક નાના મોટા કામનું નિયંત્રણ કરે છે જેવા કે હૃદયના ધબકારા, શ્વાસ, જેવા મૂળભૂત આવશ્યક કાર્યો દિમાગથી સંચાલિત થાય છે. કોઈને અકસ્માતથી કે કોઈ પણ કારણોસર મગજમાં એવું થાય કે દિમાગનું સંપૂર્ણ કાર્ય બંધ થઇ જાય જે સંજોગો માં માણસનું જીવન શક્ય જ નથી. આ માણસ માત્ર વેન્ટિલેટર પર જ હોય છે તેના પોતાના શ્વાસ હંમેશ માટે બંધ થઇ ચુક્યા હોય છે. આ દર્દીઓ દિમાગ સિવાયના અંગો કાર્યરત હોય છે જે અમુક કલાક કે દિવસની અંદર બંધ જ થઇ જશે. મેડીકલી આ એક રીતે મૃત્યુની જ સ્થિતી હોય છે. જો બ્રેનડેડ પેશન્ટનો પરિવાર અંગદાન કરવા સહમતી આપે ત્યારે જ અંગદાન શક્ય બને છે. વર્ષ ૧૯૯૪માં ભારતમાં બ્રેનડેડને કાયદાકીય રીતે સ્વિકારવામાં આવ્યું.

૨. અંગદાનની ભારતમાં કેટલી જરૂર છે ?

ભારતમાં અંગદાનનો રેટ પર મિલીયન ૦.૮૬ છે અને સ્પેન જેવા દેશમાં એ ૪૬.૯ જેટલો છે. પશ્ચિમના દેશોમાં અંગદાન જાગૃતિ મોટા પ્રમાણમાં હોવાને કારણે ત્યાં અંગદાન થકી લાખો લોકોને નવું જીવન મળવું શક્ય બન્યું છે. આપણા દેશમાં અંગદાન વિશે ખૂબજ ઓછી માહિતી છે. દર મહીને હજારો લોકો જે અંગોની પ્રતિક્ષા કરતા હોય પણ અંગદાનનું પ્રમાણ ઓછું હોવાથી તેમને યોગ્ય સમયે અંગો ન મળવાને કારણે તેમનું મૃત્યુ થઈ જાય છે. આપણા દેશમાં અંગદાન જાગૃતિ માટે ખૂબ જ કામ કરવાની જરૂર છે.

૩. અંગદાનના કામ સાથે તમે કઈ રીતે જોડાયા ?

જ્યારે હું સુરત મેડીલક કોલેજમાં વર્ષ ૨૦૧૬ માં જનરલ સર્જરી વિભાગમાં એમ.એસ. નો અભ્યાસ કરતો હતો ત્યારે અમને હેડ ઈંજરીના પેશન્ટ પર ધ્યાન આપવા જવું પડતુ. ત્યારે અમારા એનેસ્થેસિયાના વડા ડૉ. તાહીરા મેડમ સાથે એક દિવસ રાઉીન્ડ પર ગયા હતાં તે સમયે એક પેશન્ટ બ્રેનડેડ થયું હતું મેડમે તે દિવસે બ્રેનડેડ પેશન્ટ વિશે વાત કરી અને ત્યારે મેં બ્રેનડેથ અને ઓર્ગન ડોનેશન તેમજ ટ્રાન્સપ્લાન્ટ વિશે જાણકારી મેળવી અને એ જ પેશન્ટના પરિવારનું કાઉન્સેલિંગ કર્યું હતું. ત્યારે અંગદાન સફળ રહ્યું હતું. ત્યારબાદ આની વિશે વધુ માહિતી મેળવી અને અમદાવાદ સિવિલ તેમજ સુરત સિવિલમાં અંગદાન વિશે કામ કર્યુ છે.

સુરતમાં અભ્યાસ કર્યા બાદ પ્લાસ્ટીક સર્જરીના ઉચ્ચ અભ્યાસ માટે હું અમદાવાદ ગયો. ત્યાં ૨૦૧૯ માં SOTTO ની મિટીંગ્સ થતી રહેતી ત્યારે કોવીડ દરમ્યાન એક એવો કિસ્સો બન્યો જે મારે માટે ખૂબ જ પ્રેરક થયો.

કોરોના દરમ્યાન સમય કપરો હતો, સર્વત્ર લોકો ભય અને નિરાશામાં હતા. મોટી સંખ્યામાં કોવીડના પેશન્ટો હૉસ્પિટલમાં હતાં. આવામાં એક દંપતિ હૉસ્પિટલમાં એડમીટ થયા હતાં. બન્ને પતિ પત્ની જુદા જુદા વોર્ડમાં હતા. પતિ બીજા વોર્ડમાં તો પત્ની કોવીડ વોર્ડમાં એડમીટ હતા. બન્નેનો ઇલાજ શરૂ હતો. કોઈ એક બીજાને મળી શકે નહી. પરિસ્થિતી ગંભીર હતી. બહાર કોરોના ચાલુ હતો. આવી સ્થિતિમાં દુર્ભાગ્યે તેમના પતિ બ્રેનડેડ મૃત્યુ પામ્યા હતાં. હવે આવી સ્થિતીમાં તેમને કઈ રીતે કહીએ તે એક કપરી પરિસ્થિતી સામે હતી. પરંતુ જાણ કરવું જરૂરી હતું અને સાથો સાથ જો કોઈને નવું જીવન મળતુ હોય તો ડૉક્ટર તરીકે મને તેમના પતિના અંગદાન કરી શકાય તેનું સૂચન પણ કરવું પડે. હું ખૂબ જ દ્વંદમાં હતો. પણ અંતે વિચાર આવ્યો કે આપણા એક પ્રયત્નથી કોઈને નવું જીવન મળી શકે છે. અને આવી પરિસ્થિમાં કોઈ પરિવાર હોય તે બચી શકે, એટલે મેં કીટ પહેરીને કોવીડ વોર્ડમાં જવાનો નિર્ણય કર્યો અને વોર્ડમાં ગયો. તેમના પત્ની સાથે વાત કરી અને હિમ્મત આપવાની સાથે તેમના પતિના બ્રેનડેડ કન્ડીશનની જાણ કરી. બિમારીમાં એડમિટ અવસ્થામાં પતિના મૃત્યુના સમાચારે તેમને કેટલુ વ્યથિત કર્યુ હશે તેનો કોઈ પાર નથી. પણ આગળ અંગદાનના પર્યાય વિશે

વાત કરવું જરૂરી હતું. એટલે તેમના પતિના અંગદાનથી કોઈને જીવન મળી શકે જો તેઓ અંગદાનની સહમતી આપે તો આ શક્ય છે. બેન થોડીક વાર મૌન રહ્યાં વિચાર કર્યો અને એક દીર્ઘ શ્વાસ બાદ કહ્યું કે તેઓ તેમના પતિના અંગદાન માટે સંમત છે. એ બેન વ્યથા અને કરુણાના સંમિશ્ર ભાવસ્થિતીમાં પણ કોઈને નવું જીવન મળે માટે અંગદાન કરવા તૈયાર થયા હતાં. આ ઘટનાએ મને અંદરથી પ્રભાવિત કરી. વ્યથા, પ્રચંડ દુઃખ અને સ્નેહીના મૃત્યુ બાદ પણ કોઈને નવુ જીવન મળે માટે સ્નેહીના અંગોનું દાન કરવા માણસ આગળ આવી શકે તો આપણે લોકો સુધી પહોંચવું જોઈએ. અને ડૉક્ટર તરીકે આપણે પહેલ કરવી જોઈએ. તેમને સૂચન કરવું જોઈએ. આપણા એક સૂચનથી ઘણા લોકોને નવું જીવન મળી શકે છે. એજ સમય દરમ્યાન અંગદાન ચેરિટેબલ ટ્રસ્ટના આદરણીય શ્રી દીલીપભાઈ દેશમુખ દાદા સાથે એક મિટીંગમાં મારી મુલાકાત થઈ. આદરણીય દાદા સમગ્ર ગુજરાતમાં અંગદાન જાગૃતિ અભિયાન ચલાવી રહ્યાં હતાં. ડોક્ટર તરીકે અમે અંગદાનનું કામ કરી શકીએ પણ સમાજમાં જાગૃતિ લાવવાનું કામ પણ ખૂબ જરૂરી છે. લોક માન્યતા અને અંગદાન વિશેની ગેર સમજ પણ દૂર કરવી જોઈએ તેની માટે દાદા કામ કરી રહ્યાં છે. તે જાણી પ્રેરક અનુભૂતિ થઈ. અમદાવાદ સિવિલમાં ડૉ. પુજિકા, કાઉન્સિલરોની ટીમ, ડૉ. સંજય સોલંકી સાહેબ, અધિક્ષક ડૉ. રાકેશ જોશી સાહેબ અને અન્ય ડૉક્ટર્સે ખૂબ સારુ કામ કર્યુ છે. વર્ષ ૨૦૨૦ થી ૨૦૨૨ સુધીમાં અમદાવાદ સિવિલમાં બ્રેનડેડ દાતાઓના ૧૦૦ અગદાન થયા છે અને અનેકો લોકોને નવું જીવન મળ્યું છે.

ગુજરાત દેવોની ભૂમી છે અને અહિના લોકો દાન ધર્મ અને લોકોના કલ્યાણ કરવા હંમેશા આગળ રહેતા હોય છે. ગુજરાતમાં સેવાભાવની સંસ્કૃતિ છે. આપણે ડૉક્ટર તરીકે અંગદાન માટે પરિવારોને માહિતી આપીએ તો પરિવારો તરફથી ઘણા અંશે સહમતી મળતી હોય છે.

ગુજરાતમાં SOTTO રાજ્ય સ્તિરીય સંસ્થા છે જે સક્રીય રીતે કામ કરી રહી છે. અમદાવાદ સિવિલ, સુરત સિવિલ ઉપરાંત અન્ય ઘણી નાની મોટી પ્રાઈવેટ હૉસ્પિટલોમાં પણ અંગદાન થઈ રહ્યાં છે. શ્રી દીલીપભાઈ દેશમુખ દાદા જેવા લોકો કે જેમણે આખૂ જીવન સમાજમાં અને સમાજ માટે કામ કર્યુ છે ત્યારે તેમનો વ્યાપક અનુભવ અને કાર્ય પદ્ધતીને કારણે સામાજીક સ્તરે લોકોમાં અંગદાન જાગૃતિને વેગ મળ્યો છે. કમ્યુનીટી અવેરનેસ ખૂબ જરૂરી છે. જેનાથી ઓર્ગન ડોનેશનને સોસાયટીમાં એક્સેપ્ટન્સ મળે છે. ગુજરાતમાં અંગદાન વધી રહ્યું છે.

એક્સીડેન્ટને કારણે બ્રેનડેડની સંભાવના હોય છે ખરી પણ સૌપ્રથમ તો એક્સીડેન્ટના કિસ્સામાં વહેલી તકે પેશન્ટને સારવાર મળે માટે પ્રયત્ન કરવા જોઈએ. સામાન્ય રીતે જો માથાના ભાગે ગંભીર ઈજા થતી હોય

છે. ત્યારે તેનો જીવ બચાવવાનો પ્રયત્ન કરવો જોઈએ. પરંતુ એક્સીડેન્ટમાં ગંભીર ઈજા હોવાથી બ્રેનડેડ મૃત્યુની સંભાવના વધુ જોવા મળે છે. એક્સ્સીડેન્ટનું પ્રમાણ વધુ છે પણ તેની સાથે પરિવારોનું કાઉન્સેલિંગ પણ કરવું જરૂરી છે. જો બ્રેનડેડ પેશન્ટના પરિવારનું કાઉન્સેલિંગ થાય તો અંગદાન પણ વધી શકે છે. ડૉક્ટર તરીકે પેશન્ટના પરિવારને પેશન્ટની કંડીશન વિશે ખ્યાલ આપવો, બ્રેનડેડ શું? તે પરિવારને સમજાવવું, ઓર્ગન ડોનેશન, ઓર્ગન ટ્રાન્સપ્લાન્ટનો ખ્યાલ પરિવારોને આપવો જોઈએ. અને જો પેશન્ટ બ્રેનડેડ થાય તો તેને મેન્ટેન કરવું પડતુ હોય છે. આવા અનેકો પ્રયાસો કરવા પડે છે. ભવિષ્યમાં આ જાગૃતિ વધશે તો તેની સાથે અંગદાન પણ વધી શકે છે.

૭. દર્દીના બ્રેનડેડ થયા બાદ અંગદાન માટે કાઉન્સેલિંગ કરવાનો તમારો કેવો અનુભવ રહ્યો છે? લોકોના કેવા પ્રતિભાવ મળ્યા છે?

કોઈનું સ્વજન મૃત્યુ પામે તે અત્યંત દુ:ખદ બાબત છે. પરિવાર દુ:ખમાં હોય છે. પરંતુ આગળ અમને ડૉક્ટર તરીકે પિરવાર સાથે વાત કરવી પડે ત્યારે ઘણી વખતે કેટલાક પરિવારો કોઈનો જીવ બચે એવા વિચારથી અંગદાન કરવા તૈયાર થતા હોય છે. તો કેટલાક ગેર માન્યતાઓના કારણે અંગદાન નકારે છે. આ દુ:ખની ઘડી હોવાથી ધીરજ પુર્વક પરિવારને અંગદાન વિશે માહિતી આપવી પડતી હોય છે. ક્યારેક પરિવારના કોઈ સભ્ય દુ:ખના આઘાતમાં જુદા જુદા પ્રતિભાવો આપી શકે પણ આનાથી નિરાશ ના થવું જોઈએ. પરિવારને નિર્ણય કરવા સમય પણ આપવો પડે, આવી ભાવુક ઘડીમા ધીરજ જરૂરી છે. યોગ્ય રીતે કાઉન્સેલિંગ અને સમય આપીએ તો

દસમાંથી સાત પરિવાર બ્રેનડેડ પામેલ સ્નેહીના અંગદાન કરવા સહમતી આપતા હોય છે.

૮. અંગદાન સાથે જોડાયેલો કોઈ ભાવનાત્મક યાદગાર કિસ્સો ?

સુરત સિવિલમાં હતો ત્યારે મુંબઈમાં આરાધ્યા નામની અઢી વર્ષની દીકરીને હાર્ટની જરૂર હતી. વિવિધ માધ્યમો પર તેના સમાચાર આવતા હતાં. આવા અનેકો બાળકોનો અંગોની પ્રતિક્ષામાં હોય છે. સામાન્ય રીતે બાળકોમાં બ્રેનડેડ જેવી સ્થિતી ઓછી થતી હોય છે. આવામાં એક દોઢ વર્ષનું બાળક આઈસીયુમાં એડમીટ થયું હતું. તેના નિદાન માટે બનતા તમામ પ્રયત્નો ચાલુ હતા. પણ માથાના ભાગે ગંભીર ઈજા થઈ હતી એટલે ડૉક્ટરોના તમામ પ્રયત્નો બાદ પણ એ બાળક બ્રેનડેડ થયું હતું. બાળકનો મૃત્યુ પરિવાર માટે ખૂબજ દુ:ખદ હોય છે. પણ બીજી તરફ ઘણા બાળકો અંગદાન ન મળવાથી પણ મૃત્યુ પામતા હોય છે. એટલે મેં બાળકના પરિવારને અંગદાન વિશે સૂચન કર્યું અને બાળકોના અંગદાન વિશેની પરિસ્થિતી વિશે ખ્યાલ આપ્યો. ત્યારે તેઓએ અંગદાન માટે સહમત થયા હતાં અને આ બાળકનું હાર્ટનું દાન કરવામાં આવ્યું હતું. થોડાક મહીનાઓ બાદ આરાધ્યાને પણ હદયનું પ્રત્યારોપણ થયાનું પ્રસાર માધ્યમોથી ખબર પડ્યું. અને સુરતમાં જ થયેલા બાળકનું હદય આરાધ્યાને મળ્યું હતું. આ ઘટના મારા હદયની ખૂબજ નજીક હતી. અંગદાનથી એક કુમળું જીવન બચી જાય છે અને તેની સાથે આખો પરિવાર પણ બચે છે.

૯. બ્રેન ડેડ મૃત્યુ પામેલા પેશન્ટના પરિવાર સાથે વાત કરો ત્યારે તમે કેવું અનુભવો?

આ સ્થિતી અત્યંત હદયદ્રાવી હોય છે. પરિવાર તરફથી ઘણી વખતે એવી ખબર પડતી હોય કે, બ્રેનડેડ પેશન્ટ ઘરનો એકલો દીકરો કે દીકરી હતી અથવા ઘરનો સહારો હતો ત્યારે દુ:ખ થાય. આ કામ ખૂબ કઠીન થઈ જાય છે. એવુ લાગે કે આવુ ના થવું જોઈતુ હતું. ઘણી વખત બ્રેનડેડ પેશન્ટનો પરિવાર અંગદાન માટે સહમતી આપવાથી અંગદાન થતું હોય છે. તેનાથી કોઈને નવું જીવન મળે છે પણ કોઈને નવું જીવન મળવાની સાથે કોઈનો મૃત્યુ પણ થયેલો હોય છે. આ ભાવને વ્યક્ત કરવું મુશ્કેલ છે. મૃત્યુથી દુ:ખ અને અંગદાનથી નવુ જીવન મળવાના વચ્ચેની માનસિક પરિસ્થિતી મિશ્ર ભાવોથી ભરેલી હોય છે.

૧૦. અંગદાનના કામમાં સૌથી ચેલેંજીંગ શું હોય ? તેને તમે કંઈ રીતે હેન્ડલ કરો?

માથાના ભાગે થતી ઈજા ખૂબ ગંભીર હોય છે. જેમા બ્રેનડેડ થતું હોય છે ત્યારે પેશન્ટના પરિવારના સભ્યોનું કાઉન્સેલિંગ કરવું ખૂબ મુશ્કેલ હોય છે. પેશન્ટને પણ મેન્ટેન કરવું પડતું હોય છે. અંગદાન માટે પરિવારની સહમતી મળ્યા બાદ અંગો પ્રોક્યોર કરવા આવતી ટીમ સાથે કોઓર્ડીનેશન કરવું પડે. યોગ્ય સમયે પ્રોક્યોરમેન્ટ થાય અને પરિવારને અંગદાતાનું પાર્થીવ શરીર યોગ્ય સમયે મળે આ બધુ જ સંવેદના પુર્વક સમય આપી કરવું પડે. આમાં ૧૨ થી ૨૪ કલાક સુધીનો સમય લાગી શકે છે. બધા જ કામો સમયસર થાય તે જરૂરી હોય છે. આ પ્રકિયા રાઉન્ડ ધ ક્લોક અને નિશ્ચિત સમય મર્યાદામાં પુર્ણ થવી આવશ્યક હોય છે. ત્યારે ડૉક્ટર તરીકેની ભૂમિકામાં અચૂક રહેવું કમ્પલસરી થઈ જાય છે. આ કામ કોઈના નવા જીવનની સંભાવના સાથે જોડાયેલુ હોય ત્યારે અચૂક સમયે જેતે ટાસ્ક પુરુ

કરવું પડે એટલે પરિવારની ભાવૂક પરિસ્થિતીમા હોય એટલે તેમની સાથે પણ સંવાદમાં રહેવું જરૂરી છે. તેમને માહિતી આપતા રહેવું પડે. બધા કામ સમયસર થાય તે અત્યંત જરૂરી હોય છે.

૧૧. અંગદાનના કામમાં કેવા કેવા પ્રતિભાવો મળ્યા છે?

અંગદાન વિશે સમાજમાં પુરતી જાગૃતિ નથી અને એટલે ભ્રમ વ્યાપે તે સહજ છે. પરંતુ જેમ પાંચેય આંગળીઓ સમાન નથી હોતી એમ અમને પણ જુદા જુદા પ્રતિભાવો મળતા હોય છે. સામાન્ય રીતે સારા પ્રતિભાવો જ મળતા હોય છે. પણ ક્યારેક વખતે એવા પણ પ્રતિભાવ મળે કે અંગો મેળવવા આવી ગયા. પણ બ્રેનડેડ એટલે એક પ્રકારે મૃત્યુની સ્થિતી છે અને અંગદાનથી કોઈને નવું જીવન મળી શકે તેને ધ્યાનમાં લઈ કોઈપણ પ્રતિભાવથી નકારાત્મક થયા વગર કામ કરતું રહેવું જોઈએ. ઘણા લોકો એવું પણ કહેતા હોય છે કે, મૃત્યુ કોઈને છીનવી લે છે પણ તમે મૃત્યુમાંથી પણ કોઈને નવું જીવન આપો છો. વધતી જાગૃતિની કારણે સકારાત્મક પ્રતિભાવ વધું છે. બ્રેનડેડ થયા બાદ પેશન્ટ જીવતો થઈ શકતો નથી. બ્રનડેડ એ કાયદા પ્રમાણે મૃત્યુ છે. એટલે પ્રતિભાવોથી પ્રભાવીત ના થવું જોઈએ એવું હું માનું છું.

૧૨. અંગદાન જાગૃતિ વિશે ગુજરાતને આવતા ૫ વર્ષમાં કંઈ રીતે જુઓ છો?

૨ વર્ષ પહેલા ગુજરાત અંગદાન માટે ભારતમાં ૯ માં ક્રમે હતું પણ હાલમાં ગુજરાત ૪ થા ક્રમે અગ્રેસર થયો છે. પાંચ વર્ષમાં સામાજીક કાર્યકર દીલીપભાઈ દેશમુખ દાદાએ કહ્યું એમ અંગોની પ્રતિક્ષા કરતા દર્દીઓને પ્રતિક્ષા યાદી ઘણા અંશે સમાપ્ત થઈ શકે છે. પાછલા કેટલાક વર્ષથી

અંગદાન વિશે સમાજમાં જાગૃતિ વધી છે. અને તેથી આવતા ૫ વર્ષમાં અંગદાનનું પ્રમાણ ઝડપથી વધશે. ગુજરાતમાં શાસન, સમાજ અને ડોક્ટરોના સહિયારા પ્રયાસ અને જાગૃતિથી અંગદાનનું પ્રમાણ વધી રહ્યું છે. મે ૨૦૨૩ ના મહીનામાં રાજ્ય ભરમાં ૧૯ જેટલા અંગદાન થયા જેનાથી ૫૯ લોકોને નવું જીવન મળ્યું એ આગવી ઘટના હતી. ભવિષ્યમાં ગુજરાતમાં અંગદાન અને પ્રત્યાર્પણ વિશે પુરતી જાગૃતિ હશે એવું મને લાગે છે.

૧૩. કયા અંગોનું દાન મેળવું અઘરૂ છે?

હાથના અંગદાનની સહમતી મળવી અઘરી હોય છે. ભારતમાં માત્ર ૩૨ હાથોનું દાન થયું છે. જેમાંથી અમદાવાદમાં ચાર, સુરતમાંથી છ, આમ ગુજરાતમાંથી દસ હાથોનું દાન થયું છે.

૧૪. અંગદાન માટે લોકોને શું અપીલ કરશો?

સમાજમાં અંગદાન વિશે જાગૃતિ માટે પ્રયત્ન કરવા જોઈએ. ઓર્ગન ડોનેશન માટે પરિવારમાં પણ જાગૃતિ હોવી અને લાવવી જોઈએ. ઓર્ગન ડોનેશનની પ્લેજ લેવી જોઈએ. બ્રેનડેડ એ એક મૃત્યુની સ્થિતી છે. આપણા કોઈ સ્નેહી કે પરીચિતનું બ્રેન ડેડ મૃત્યુ થાય તો તેના અંગદાનનો નિર્ણય લઈએ અને અન્યોને પણ અંગદાન કરવા પ્રેરીત કરવા જોઈએ. અંગદાન માટે ઓર્ગન રીટ્રાયવલ સેન્ટર્સ માટે પ્રાઈવેટ હોસ્પિટલ્સ પણ જોડાય તો અનેકો દર્દીઓને આપણે બચાવી શકીએ અને નવું જીવન આપી શકીએ છીએ.

*****

આમ તો મારા વિચારો હંમેશા આપવા કરતા કંઈક લેવાના જ હતા,

પણ આજે એક ઘટના ઘટી

એક મૃત દેહ જોયો,

એમના પરિવારનું આક્રંદ જોયું

ચિતાને સળગતી જોઈ

આગનો ધુમાડો જોયો

ત્યાર બાદ શાંત પડતા લોકો જોયા

ઘણા દિવસો વ્યાકુળ રહેતા સ્વજનો જોયા

દુઃખ ભુલાવીને પોતાનું જીવન ફરી જીવતા જોયા

આક્રંદ કરતા લોકો એ મૃત દેહને ભૂલી જતાં જોયા

તો શું એ મૃતદેહની કઈ કિંમત જ નહોતી

કોણ હતું, ક્યાંથી આવ્યું અને ક્યાં ગયું

એ તો આત્મા હતો જેની સાથે પ્રેમ, લાગણી, ભાવનાઓ હતી, છે અને રહેશે

અને જે અમર છે...

તો શું આના અંગો થકી ૮-૯ લોકોનું જીવન બચી ના શકે?

ને જો બચી શકતું હોય તો મારે મારા અંગદાન થકી અમર થવું છે.

એક બે ત્રણ ચાર પાંચ જેટલા લોકોની પીડા ઓછી થઈ શકે એ કરવું છે.

અંગદાન મહાદાન

*****

દાન થોડું હતું એ અંગોનું
આ તો બાંધ્યું કોઈએ પોટલું પુણ્યનું

જતો રેજે જો જવાય તો ભેળો લઈને બધુ
અને લાગે જો ભાર તો મુકતો જજે જે તને લાગે વધુ

શું કરીશ તું કુદરતના આપેલા ઘરેણાંને બાળીને
આ તો એ ફૂલ છે પૂછ તું કિંમત કોઈ માળીને

રડશે તારા પાછળ બે પાંચ ભેખ મુકીને
કર વિચાર જો અંગદાન નો સમાજ ભેટશે તને તને જાત ભુલીને

મૂંગાને શબ્દની કિંમત, ભૂખ્યાને અનાજની
તારું અંતર જાણે છે કિંમત કાયાના બંગલાની

અંગદાન મહાદાન

*****

મરીને ધબકશે બીજાનાં શરીરે,

હૃદય છેડશે સૂર ફરીને ફરીને.

એક ઘર અંધાર બીજે ઘર ઉજાસ,

રોશની ફેલાવશે બળીને બળીને.

લે ચાલ્યો લાડલો અંગદાન કરીને,

જીવી ગયો, અનેકને મળીને મળીને.

સૂરજની જેમ તપ્યો માનવ બનીને,

ચમક્યો સિતારો ખરીને ખરીને.

જીવતાં દાન કરતાં ઘણાંને નિહાળ્યા,

આયખું સુધાર્યું મરીને મરીને.

------ હિના મહેતા 'સૃષ્ટિ'

*****

૨૮   નમ્ર અપીલ

નમસ્કાર

અંગદાન એ મહાદાન છે, અંગદાન એ જીવનદાનછે. પોતાના શરીરનું એક અંગ કોઈ બીજી વ્યક્તિને નવું જીવન મળે એવો એક અનેરો પ્રસંગ બીજો કયો હોઈ શકે આપણા દેશની અંદર લાખો લોકો કિડની, લિવર, હ્રદય, એવા અંગો પાતાને મળે એની રાહ જોઈ રહ્યાં છે. એવા સંજોગો સર્જાય કે આપણા પોતાના કે પરિવારની વ્યક્તિને આગળ બ્રેનડેડની સ્થિતી આવે તેવા અંગોનું દાન કરીને જરુરીયાતમંદ વ્યક્તિને નવું જીવન બક્ષવા માટે આપણે મદદ કરીએ.

તો આઓ આપણે પણ દીલીપ દાદા દ્વારા ચલાવવામાં આવતા અભિયાનમાં સહભાગી થઈએ અને કોઈને નવું જીવનદાન આપીએ.

આવો મિત્રો સંકલ્પ કરીએ કે,

અંગદાન એ મહાદાન છે...

અંગદાન એ જીવનદાન છે.....

ભારત માતા કી જય...

જય જય ગરવી ગુજરાત....

------- ક્રિના રમેશભાઈ દેસાઈ

સુરત સિવિલમાં દિવાળી ટાણે અંગદાનથી ઉજાસ ફેલાયો : ત્રણ વ્યક્તિને નવજીવન

અકસ્માત બાદ બ્રેઈનડેડ જાહેર થયેલા પાંડેસરા ઇશ્વર નગરના પ્રૌઢ ધર્મેન્દ્ર રાજપુતના પરિવારે બે કિડની અને લીવરનું દાન કરી માનવતા મહેંકાવી

(પ્રતિનિધિ દ્વારા) સુરત રવિવાર

અકસ્માત બાદ બ્રેઈન ડેડ જાહેર થયેલા સુરતના પ્રૌઢના કિડની અને લીવર દાન કરીને તેમના પરિવારે સમાજને નવી દિશા બતાવીને માનવતા મહેંકાવવા સાથે ત્રણ વ્યક્તિને નવજીવન આપ્યું છે.

તે માટે અમદાવાદની કિડની ઇન્સ્ટિટ્યૂટમાં મોકલવામાં આવી હતી. સિવિલમાં લાંબા સમય પછી અંગદાન થયુ હોવાનું સિવિલના તબીબી અધિક્ષક ડૉ. ગણેશ ગોવેકરે જણાવ્યું હતું. દરમિયાન ગૃહ રાજ્યમંત્રી હર્ષ સંઘવી રવિવારે સિવિલ હોસ્પિટલ ખાતે આવીને અંગદાન કરનાર પરિવારજનોની મુલાકાત લીધી હતી. દિવાળીના પર્વ સમયે પરિવારની આ કામગીરીને ખુબ જ શ્રેષ્ઠ ગણાવી બિરદાવી ખુબ જ પ્રશંસા કરી હતી.

બ્રેઈનડેડ જાહેર થયેલા ધર્મેન્દ્રને ચાર સંતાન છે. તેમની અને તેમની પત્ની ઇન્દ્ગુબેનની ઇચ્છા હતી કે, જરૂરીયાતમંદ વ્યક્તિને નવ જીવન મળે તે માટે અંગદાન કર્યું હતું.

મજુરગેટ પાસે મકાનમાં આગ લાગતા ભાગદોડ

(પ્રતિનિધિ દ્વારા) સુરત રવિવાર

*****

અંગદાતા પરિવાર સાથે આદરણીય શ્રી દિલીપભાઈ દેશમુખ (દાદા)

*****

શ્રી દિલીપભાઈ દેશમુખ (98252 11505)

શ્રી હર્ષિતભાઈ કાવર (સૌરાષ્ટ્ર ઝોન) – 80000 29005

શ્રી અક્ષય પ્રજાપતિ (ઉત્તર ઝોન) – 91734 32626

શ્રી પ્રણવ મોદી (મધ્ય ઝોન) – 99989 87358

શ્રી દીક્ષિત ત્રિવેદી (દક્ષિણ ઝોન) – 98790 60498

*****

Toll Free: 1800114770 I 99092 90393 I 82004 87222

www.notto.gov.in I www.angdaan.org

Feedback

Your feedback is important to us.

Kindly share your review/rating by scanning the following feedback QR code.

Our books (eBook & Paperback) are available globally.
www.nexus-stories.com # Amazon # Flipkart

Have a Happy Reading...!!! 😊

We would be happy to serve society.

Let's connect if you want to publish a book or want to buy books in bulk. Please contact +91 87800 80718.

****